NGUYỄN THỊ KHÁNH MINH

KÝ ỨC CỦA BÓNG

THƠ

Phovan
xuất bản

Nhà Xuất Bản SỐNG

2013

KÝ ỨC CỦA BÓNG
Tập thơ thứ 7

In lần thứ nhất 2013 tại Hoa Kỳ
© 2013 Nguyễn thị Khánh Minh

Trình bày bìa
Lê Giang Trần
Tranh bìa
Paul Klee

Dàn trang
Nguyễn thị Khánh Minh

Hình Tác giả
Họa sĩ Đinh Cường
Bảo Chương

Phụ bản
Nhiếp Ảnh Gia Sue Cong

Nhà Xuất Bản
PHỐ VĂN và SỐNG

ISBN: 978-1-941848-13-5

18.00 USD

...Tôi quan tâm tới bạn đọc,
người mà khi về tới nhà cố tìm cho mình
được chút thời gian và sự thích thú
để cầm lên tay cuốn sách nhỏ
và đọc thơ tôi...
Tôi luôn nghĩ về người ngồi đọc thơ tôi
cho chính bản thân họ
hoặc cho một người nào bên cạnh...

Wislawa Szymborska

Tạ Minh Châu dịch

Thơ Nguyễn Thị Khánh Minh,
hắt bóng trên dặm trường nhân thế

Tôi không biết Nguyễn Thị Khánh Minh đã chọn thi ca như một con chim cô quạnh, chọn rừng sâu để phủ dụ những vết thương thời thế ngược ngạo sớm tìm đến cô?

Hay, thi ca đã tìm đến cô, như tìm đến một người tình? (Một người tình có đủ những yếu tính mà nó hằng mòn mỏi, kiếm. Trông.)

Tôi không biết.

Có thể chính Nguyễn thị Khánh Minh cũng không biết.

Nhưng điều tôi biết được, cho đến ngày hôm nay thì, *Thi Ca* và *Nguyễn Thị Khánh Minh* chính là một hôn phối lý tưởng. Mỗi phía đã tìm được nửa phần trái tim thất lạc của mình.

Tôi gọi đó là một hôn phối lý tưởng vì, khởi tự cuộc phối ngẫu này, những con chữ ngồn ngộn chân, thiết đã ra đời.

Những con chữ được sinh thành từ tình yêu *Thi Ca / Nguyễn thị Khánh Minh*, khoác nơi tay những hình tượng mới mẻ. Hắt trên dặm trường nhân thế, những chiếc bóng lấp lánh thương yêu và, những nhịp chuyển, di đầy tách, thoát hôm qua.

Dù cho đôi lúc, nghỉ chân nơi dọc đường gập ghềnh trí tuệ cam go, đôi bạn tình *Thi ca / Nguyễn Thị Khánh Minh* chợt thấy,

"Thương niềm đau từng mặc chữ long lanh…"

DU TỬ LÊ

(April 2010)

Nguyễn thị Khánh Minh,
giữa mùa bội thu thơ. mới.

Những ngày gần đây, với tôi, Nguyễn thị Khánh Minh là nhà thơ nữ có được cho mình một mùa thơ bội thu.

Chẳng những không vô tình trở lại con đường mình đã đi - Gặt, mót những vụ mùa đã cũ - Hoặc lai-tạo hoa, trái từ những đời cây đã được chỉ danh,... Nguyễn Thị Khánh Minh còn đẩy thơ mình, tới những tình cờ mà, ở cõi đó, cô có thể

"Thản nhiên bóc ra từ tôi những giọt lệ"

Vì nơi đó, *"Là tấm gương soi cảm xúc tôi từng lúc"* (mà), *"Chẳng phải bằng- con ruồi giả- như người ta câu cá."*

(Những cụm từ trong ngoặc kép, là những câu thơ tôi trích từ bài *"Thơ ơi"* của Nguyễn Thị Khánh Minh)

Cũng thế, *"Phút mong manh giữa những từ"* của Nguyễn Thị Khánh Minh, bài thứ hai, trong giới thiệu lần này, với bạn đọc, thân hữu, tôi nghĩ chúng sẽ *"mãi còn dư âm cái trườn mình của dòng chảy"*...

Một dòng chảy thơm ngát tài năng và trí tuệ.

Một dòng chảy mênh mang trên mọi bế tắc loay hoay kiếm tìm những giả hình. Tôi nghĩ.

DU TỬ LÊ,

(May 26-2011)

THƠ ƠI

Thơ,
Có khi Nó cõng tôi qua cơn phiền muộn
Có khi Nó sống cùng tôi giấc mơ bình yên
Với những lãng quên cần thiết

Đôi khi Nó khiến tôi thành con bé
Nhìn mọi điều với con mắt mơ mộng cả tin
Có khi lại bằng góc độ già nua khắc nghiệt với
những điều làm tổn thương lòng tin cậy

Nó trao tôi trong nỗi buồn chứa chan lời hy vọng
Nó sẻ chia niềm cô độc trên mỗi bước tôi đi
Tình cờ thôi, trong một chớp giao cảm đặt vào lời
tôi
ánh sáng một đôi cánh
Nghĩa là Nó làm tất cả để cho tôi sống
Cho tôi bay cao
Chỉ riêng nỗi đau từ chính Nó gây ra
Nó lại không làm gì cả
Chỉ thản nhiên bóc ra từ tôi những hạt lệ ...

Cứ tưởng viết xong một bài thơ là đã vơi được
nước mắt
Nhưng chấm hết
Vẫn thấy còn khắc khoải
Cứ thế, trang giấy mở mãi theo những giòng lệ...
Lời tôi viết
Là tấm gương soi cảm xúc tôi từng lúc,
Tôi viết nên bài thơ
Chẳng phải bằng con ruồi giả - như người ta câu cá-

PHÚT MONG MANH GIỮA NHỮNG TỪ

Khó mà thoát khỏi sự cám dỗ
Tôi mải miết
Điều gì được khi tôi đặt dấu chấm hết một bài thơ?

Sau vụ mùa
Tôi chỉ đem về nhà được đôi ba hạt lúa chín
Chút màu vàng của nó lấp lánh trên tay
Làm tôi đã vô cùng sung sướng

Giống như tôi đã tắm, đã hưởng
Tất cả những ngọt ngào mát mẻ của con sông
Và dẫu tôi không mang về một hạt nước nào của nó
Nhưng làn da tôi thì mãi còn dư âm cái trườn mình
của dòng chảy

Bài thơ hoàn tất, dù là một điểm hẹn quyến rũ,
Nhưng phút mong manh giữa những từ
Lại là lúc đoá hoa đang nở. Đang tỏa hương.
Tôi có gì đâu phải vội.

trang 6-9: trích từ web dutule.com

Nguyễn Thị Khánh Minh   9

Nguyễn Thị Khánh Minh
qua nét vẽ của họa sĩ Đinh Cường

MỘT GIẤC MƠ

Vườn đêm đầy quá, mộng
Ô chiêm bao được mùa
Đừng mong tôi về nữa

Ở lại cùng giấc ngủ
Sống thực một kiếp mơ
Nhớ chi đời huyễn ảo

Ảo thực hai mặt soi
Một phiến đời lá mỏng
Chông chênh mãi hẹn hò

Một giấc mơ. Tôi sống
Một giấc mơ ăn đời
Một giấc mơ ở kiếp

Đừng mong tôi về nữa

NÓI GÌ

Nói tôi
Nói bóng
Nói người
Nói thơ
Nói thẩn
Chi ngồi
Nín thinh
Quê xa
Đất lạ bóng mình
Trông lên
Ngó xuống
Một hình nhân đi
Đường xa
Âm vọng nỗi gì...
Nghe nằng nặng
Những thề nghì nhân gian...

HAI BÓNG

Ta ngồi. Bóng thầm
Ta đi. Bóng động
Ta nói. Bóng câm

Ta vào giấc mộng
Nhẹ tênh bay bổng
Bóng nặng, bóng nằm

Ta vào cuộc sống
Bóng nhẹ, bóng bay

Hóa ra ta, bóng
Chẳng một, mà hai.

TƯỢNG BÓNG

Gió quái động trời im
Nửa vầng trăng úp mặt
Tượng buồn ai khắc trong đêm

Thành một bóng giữa những bóng câm
Cúi xuống quầng thâm mặt đất
Hạt mầm nào ngày mai mở mắt

Huyễn hoặc giấc mơ ai
Nhặt lên chiếc bóng hoài
Thương nặng đêm đè mộng

Nói gì. Nghe gì. Thấy gì
Tượng buồn trong đêm lạnh
Trở mình hóa bóng. Đi

GÓC TỐI

Lá giật mình giấu xanh
Vòm cây thoi thóp nắng
Áo mỏng ngày phong phanh

Hoa thốt lên trong chiều
Cứ thế buồn hiu hiu
Thắp chiều lênh lang tím

Góc vườn nhỏ tôi ngồi
Phập phồng đêm khẽ hỏi:
Em chờ ai em ơi...

NHÌN NHAU

Tôi nằm xuống ngủ
Bóng nằm xuống ngủ
Hai kẻ bên nhau ánh nhìn đen lọ
Bỗng ánh trăng soi, cùng kêu lên,
Chỉ trỏ
Ô, vết nhọ
Mặt
Mày ...

MẮT NHẮM

Giật mình. Bóng tối. Nơi tôi
Sao che hết cả mặt trời đang lên
Ngẩn ngơ cái cõi bình yên
Như con mắt nhắm. Ngủ quên. Thót buồn
Như kẻ dậy muộn, hết hồn
Nhìn ra sân…, lặng một vườn nắng trưa

Nắng ngày xưa
Nắng ngày xưa…

ĐÊM NGÓ NHAU

Cái đỉnh để ngó xuống
Nhọ đen một thềm khuya
Cái đỉnh để trông lên
Một nấm trời xanh mộ

Hai đầu hai con mắt
Lệ rơi không tới đất
Hai đầu hai con mắt
Lệ cong trời móc câu

Câu một con bóng chìm
Câu một bè mây nổi
Câu hai ánh nhìn đêm
Rộn ràng thiên địa nối

TÌNH CỜ

Bóng vẫn thế, đứng một mình
Làm như thể không có hình tôi xưa
Đong đưa giữa cõi dại khờ
Gặp tôi, bóng ngỡ tình cờ, mộng du…

HÌNH NHÂN CỦA BÓNG

Thảng thốt chiều đứng lại
Như ai vừa gọi phía bình minh
Ôi thương quá bóng vừa lên thơ dại

Dại con bóng theo người mải miết
Đi về đâu cuối trời biền biệt
Nặng chân ngày hình bóng phôi pha

Mỗi bước qua trở lòng hóa đá
Bóng thương hình mỗi ngày mỗi lạ
Đường rất dài và đến. Rất xa

Bóng cũng cũ theo người già năm tháng
Lòng ai bấc lụn xuống đêm thâu
Khuya bốc mộ chiêm bao còn ảm đạm

Tội con mắt mấy đời lệ hạt
Hai dòng đi kéo nụ đười ươi
Bóng ngửa mặt xót hình nhân dị dạng

Cơn nhớ bao lần đau lột xác
Vết già kham nữa vết thương xanh
Hình vỡ bóng một niềm đau đã khác

Đầu thai tượng mở mắt trời xanh mướt
Biết tìm đâu cái bóng lung lay...

LẺ MỘT GIẤC MƠ

Một nghìn giấc ngủ trên đời
Sao thèm một giấc với trời xanh xa
Đố mà bóng tối còn che...

Một nghìn lời nói ai nghe
Chi bằng nhẹ bóng đi, về, trên kia
Một thầm thì, một sẻ chia...

Một nghìn tiếng gọi đêm khuya
Không bằng một tiếng diệu kỳ, ban mai
Này thôi, chiếc bóng ai hoài...

Một nghìn chân bước trên đời
Trông lên, những cánh chim trời bình yên
Một nghìn, ôi lẻ một, thèm...

DƯỚI CHIỀU

Tiếng chim vịt kêu chiều
Như bàn tay níu áo
Dùng dằng. Chiều hiu hiu

Một góc vườn hoa khép
Một góc trời cửa hẹp
Con nắng nhỏ tàn hơi

Chiều trong ở lặng thinh
Chiều trong đi xao động
Dưới chiều là những bóng…

Bóng dẫn về con đêm
Bóng dẫn về con mộng
Phơi ngày âm bản đen

SAU NHỮNG NGÀY NẰM BỆNH

Cầm vài ba cọng cỏ
Đi. Ở. Đi. Ở. Đi
Thế là tôi xuống phố

Đầy thêm một hơi thở
Nơi cõi người đông vui

Rót thêm một hạt nắng
Tràn ly ánh mặt trời

Vỗ thêm một nhịp sóng
Trên bờ cát trắng phơi

Trong đông đúc cõi lời
Thêm một lời lẻ loi...

NƠI NÀO GIẤC MƠ

Rất buồn. Những bước chân
Mang hình của hạt lệ
Bước đi về đâu thế

Loanh quanh. Những bước chân
Mang hình của con mắt
Mắt ơi đường nào xanh

Xanh mơ đường tiền kiếp
Cháo lú những bước chân
Lần theo một vọng âm

Nhạc chiêm bao réo rắt
Đi đi những bước chân
Rất xanh. Bùa hương xanh

BÙA HƯƠNG XANH

Bùa hương. Con đường mộng
Rù quyến những bước chân
Mang hình của đôi cánh

Cánh thiên thần Chagall*
Đang gọi em. Gọi em.
Khung trời đêm. Rất biếc

Và gió đã thổi về
Rất ảo. Nửa vầng trăng
Xanh tràn. Đêm và tóc

Xanh rung xâu chuỗi nhỏ
Hợp âm xanh nhịp gió
Nửa vầng trăng trên môi

Bay lên. Đôi cánh xanh
Giấc mơ thao thức gọi
Gọi em. Và gọi anh

Bay vào trong bức tranh...

Marc Chagall (1887-1985) Danh họa của thế kỷ 20. Ông
thường vẽ tranh trong tiếng nhạc của Mozart, Tchaikovsky,
Verdi, Beethoven..., chả trách nhân vật của ông bay bổng
những nốt nhạc thiên thần. Tác phẩm của ông đầy chất thơ.
Ông đã được mệnh danh là họa sĩ của những Giấc Mơ.

Nguyễn Thị Khánh Minh 25

KÝ ỨC GIÓ

Gió đưa về những đám mây xám
Mang ký ức của biển khơi
Gió vi vu biển mặn
Mang ký ức vực sâu
Gió trầm u uất

Gió thổi về những đám mây xanh
Mang ký ức của núi đồi
Gió dại hoang vó ngựa

Dạt về những cơn mưa
Gió cuồng phong bão lệ
Ký ức của biết bao chuyện buồn trên trái đất

Gió thổi về bóng tối
Mang ký ức của đợi chờ
Gió u hoài liếp cửa
Đêm đêm canh bước về
Giấc mộng

Chập choạng những con bóng
Mang ký ức phận người
Tiếng xích oằn chân gió
Đêm đêm hú đòi
Trí nhớ

TRỐN TÌM

Theo ánh trăng tôi đi
Dòng đêm xô sóng ngược
Đi. Đến khi trăng về
Mộng vẫn còn phía trước

Theo mộng hoài tôi đi
Quanh co đêm bịt mắt
Xa gần bóng giấc mơ
Chơi trò tôi cút bắt

Giấc mơ là mặt trời
Mọc đúng giờ giấc ngủ
Giấc mơ ánh sao hôm
Lặn khi bình minh tới

Trăng đùa, chơi bóng ảo
Đường mộng khói như tơ
Một hình nhân ngã xuống
Bóng nhập vào. Ngu ngơ

Nằm yên con bóng mệt
Vuốt mặt lạ da quen
Gọi người thêm một tiếng
Nặng thêm, một bóng chìm

CẢM GIÁC

Khi tôi ở trong phút giây hạnh phúc
Tôi sợ Thực ấy chỉ là Mơ
Khi thức giấc sau một giấc mơ đẹp
Tôi đã ước ao
Phải chi Giấc Mơ ấy hóa Thực

Trước những điều kinh khủng xảy ra
Lại nhắm mắt kêu lên trong tuyệt vọng
Ôi cầu xin đó chỉ là Giấc Mơ!

Trước những điều Không Thể Với Tới
Người ta gọi nó là Giấc Mơ
Dỗ yên lòng khắc khoải

Với những điều quá đẹp và ta muốn gìn giữ
Ta gọi nó là Giấc Mơ…
Đong đầy bước chân hy vọng

Khi người ta hạnh phúc
Khi người ta tràn đầy
Khi người ta thảnh thơi
Giấc mơ nuông chiều chắp cánh thêm bao niềm vui

Khi người ta cô đơn
Khi người ta thất vọng
Khi người ta túng quẫn
Giấc mơ thành nỗi ám ảnh, có khi là một cú *nốc- ao*
Làm người ta ngã

Làm sao giấc mơ ơi làm sao
Khi đau người ta mới cần thuốc.

Người yêu tôi bảo
Nhờ những giấc mơ mà chúng ta đã sống
Và phút giây đang sống, em ơi
Là giấc mơ bay bổng

XIN LỖI

Đừng bật thêm đèn nữa
Ngày đã sáng lắm rồi
(Xin lỗi)
hay vì con mắt tôi
Đã quen rồi bóng tối...

CHIỀU TÔI

Nghẹn mầu đỏ
Trong nụ hoa
Mới hay ngày đã đi qua phía chiều

Một phiên bản khác
Của chiều
Là tôi. Vẽ nốt bóng đìu hiu trên...

KHI TRÁI TIM BAY ĐI

Sống lại bao nhiêu lần
Chiếc phễu trong ngần cảm xúc
Nhịp ẩn mật lời
Cắp trái tim bay đi

Sống lại bao nhiêu lần
Con vịt xám tung đôi cánh thiên nga
Thổn thức cánh đồng lầy ảm đạm
Đường bay mơ
Sợ chiều rơi xuống
Ơi trái tim, bay đi...

Sống lại bao nhiêu lần
Gió của lời đã thổi
Ơi trái tim ứ nhịp
Bay đi

Sống lại bao nhiêu lần
Nhịp phập phồng nắng sớm
Trái tim bình minh ơi
Hoa của lời đã nở
Bay đi và gieo hạt

Sống lại. Hơi thở tươi mươi
Đêm ngải hẹn hò
Bùa của lời đã bỏ
Trái tim ơi
Thôi đừng do dự. Trao đi

Bỗng sững sờ
Trước một không gian vô cùng tráng lệ
Ôi Giấc Mơ
Nó rõ ràng
Là Như Thế

NÉM BUỒN

Ném buồn lên thinh không
Thấy trời xanh chật lại

Ném buồn vào bóng tối
Nghe đêm dầy mênh mông

Ném buồn vào phố đông
Nhìn người ta bỗng thấy
Mình đi giữa đồng không

Ném buồn vào tôi vậy
Trăm gai cây xương rồng

NGOÀI TẦM

Đêm nhìn xuống
Quả đất nhỏ
Đẹp như một hạt sương
Quá đẹp
Quá khó cho một sự gìn giữ

Đêm nhìn lên
Vực cao vòm trời
Ứ đầy những ước mơ không thành
Nó quá cao cho lời cầu nguyện

Đêm nhìn quanh
Tho ló những mắt cú vọ
Phơi trần ẩn núp
Quá gần, quá sợ cho phận người nho nhỏ

Đêm tôi
Ôi xin đủ dài cho tôi sống trọn một giấc mơ
Ôi xin đủ nhớ để tôi có thể viết lại giấc mơ

VIẾT GIẤC MƠ

Tôi đang viết giấc mơ
Trên bước đi nhịp nhàng của nắng
Trên tiếng gấp gáp bay đi của đàn chim
Trên vội vã những bước chân
Như bàn tay vẫy
Thời gian ơi có lẫy cho tôi một nhịp về?

Tôi đang viết giấc mơ
Trên giấc ngủ nỗi sợ
Trên u buồn những chia ly
Trên vô vọng mắt đá
Trên khốn cùng nước mắt
Trên bất lực dấu hỏi
Như một lời xin lỗi
Bằng hết sức có thể, một gạch nối
Nhân gian ơi có mở vòng tay trao nhau nắng ấm?

Tôi đang viết giấc mơ
Trong bình nguyên mầu xanh chiêm bao
Hạt mầm đợi ngày nhú mặt, lá non, và mặt trời
Con sông chờ ngày dòng dài hạt biển
Ban mai nào giữ cho tôi bóng nắng
Cánh thuyền nào neo cho tôi một vầng trăng?

Tôi đang viết giấc mơ
Trên dự báo trần gian đen tối
Trên mong manh tháng ngày còn lại
Bằng lời ước trong ánh sao băng vỡ
Anh có nhặt vào lòng một mảnh, giấc mơ em?

Tôi đang viết giấc mơ
Trong phút giây tin cậy của lời cầu nguyện
Nơi tôi có quyền được quên
Nơi nỗi sợ tôi được chọn lựa một bình yên
Trời xanh ơi có giữ cho tôi một cánh mây?
Anh có chờ trong khuya nơi góc thềm cho tóc em bay
vai kề cận?

Tôi đang sống cùng phút giây chưa tới
Để viết giấc mơ vô cùng thực
Anh có mở trang thơ để em về trú ngụ,
Và đôi cánh cho em bay vào thời gian mộng ảo?

Bằng tất cả những điều trên
Em đang viết giấc mơ anh
Nơi, em được là một giấc mơ

VỀ THÔI

Về thôi em
Về thôi em
Về nghe bóng cũ trên thềm nằm đau
Gió già cỏ ríu chân nhau
Thương con nắng đã bạc đầu chiều hôm

Về riêng với tịch liêu buồn
Ngày đi như lá trong vườn phôi pha
Dung nhan biền biệt mầu hoa
Đóa hồng trắng của chiều qua không về

Thôi về, riêng một em nghe
Cây sầu đông đứng sắt se gọi mùa
Nắng ngày xưa, nắng ngày xưa...
Con chuồn cánh mỏng kêu mưa phận buồn

Đêm nằm mưa vọng tiếng chuông
Nghìn xanh con suối ngọn nguồn reo đây
Mơ lên hay nhánh khuya đầy
Bạc cơn đồng thiếp, mộng lầy chiêm bao

Ra đi từ giấc mơ nào
Sơ sinh tiếng khóc lại chào bước em
Về thôi em
Về thôi em
Về nghe bóng cũ bên thềm lai sinh

TÔI SẼ VỀ

Không bao lâu nữa
Tôi sẽ trở về
Để lại cuộc đời thơm trên cỏ
Ánh sáng vẫn nhẩy múa trên những ngọn cây
Ánh mắt người vẫn đông đúc như lá trên cành
Nước mắt người vẫn rưng rức rơi
Lời người vẫn tuột như dòng nước chẩy
Khoảng trời mênh mông trong mơ
Hát gọi

Không bao lâu nữa đâu
Tôi sẽ về
Những cánh cửa ngày xưa sẽ mở
Mười hai tiếng chuông nửa đêm cổ tích
Bắt đầu giấc mơ
Lời rao tìm một chiếc hài đẫm sương khuya
Bắt đầu một nỗi chờ

Tôi đến đây, thời gian ơi
Tôi sẽ đem về tặng người nhịp tim non trẻ
Tôi đến đây
Một tôi, phút này vừa thức dậy

TÌNH TANG CÕI NÀY

Vẽ hoài con chữ mù tăm
Có khi níu được sợi tằm đang tơ

Vẽ đi vẽ lại bến bờ
Tuột trôi nắm mãi cái gờ nhân gian

Vẽ hoài con chữ chia tan
Có khi một phút ngỡ ngàng, trong tay

Vẽ trăm đường mộng, ô hay
Loanh quanh vẫn một cõi này tình tang

Vẽ đi vẽ lại thời gian
Vẽ đi vẽ lại một ngàn niềm vui
Có khi sểnh chút ngậm ngùi...

TIẾNG VỠ

Rơi xuống
Rơi xuống
Những hạt nước mắt mầu trời
Vỡ tôi đám mây tan

Tung lên
Bung ra
Vỡ tan
Những hạt nước mắt mầu biển
Ném tôi con sóng tuột bờ

Rơi xuống
Rơi xuống mãi
Hạt nước mắt mầu mưa
Thềm tôi đau ran tiếng vỡ

Chậm chậm
Vỡ rất chậm
Hạt nước mắt mầu đêm
Nhuộm đen tôi chiếc bóng

Bóng âm u
Khan gọi phận người
Hạt lệ vỡ
Lọt tròng đêm. Tiếng quạ

LỖI NHỊP

Là con đường hiểm trở
Và tôi lại ngã
Chỉ vì một giấc mơ êm ái

Là con đường rất nên thơ
Và tôi lại đi với tấm lòng già nua bình thản

Là con đường rất ngắn
Bước quay mòng tôi. Con vụ

Là ảo ảnh ban mai
Một điểm hẹn
Một đợi chờ
Hụt hơi tôi cơn mộng

Là thăm thẳm bóng
…
Biết đâu trong những bất ngờ của bóng đêm
Tôi sẽ là ngọn nến…

LOANH QUANH

Con đường lại đưa tôi đi
Những bước chân mới, có khi lại là
Những dấu buồn của hôm qua...

Loanh quanh tôi, những bước xa bước gần
Treo hoài cái đến bên chân
Nên đi như thể nghìn cân trên đầu

Vòng tròn, tôi muốn đến đâu?
Luẩn qua luẩn quẩn cái sầu mới toanh
Nên chi, dừng lại không đành...

NỖI NIỀM

Vơi thôi. Lệ đã rót đầy
Rượu nhân sinh. Hiu hắt bày cuộc vui
Chút thôi, nhưng đủ ngậm ngùi
Thả bay trong gió một nùi. Nhớ, quên

Chút thôi, cho có nỗi niềm.

ĐÃNG TRÍ

Tôi hay tìm cái kính khi đang gác nó trên đầu
Tôi luôn đi tìm cây viết khi đang cầm nó trên tay
Ôi hình như là như vậy
Khi tôi loay hoay tìm hạnh phúc.

Tôi niệm Lãng Quên
Những dặm đường đi bộ
... lúc dừng lại
Chỉ còn tôi
Với hạt lệ

TỪ NHỮNG ĐIỀU NHƯ THẾ

Điều có thể cho tôi thoát khỏi đêm sâu
Bước đi gần lại của vầng trăng tối

Điều có thể làm tôi trở lại
Từ lao xao phố hội
Là không khí tràn vào của bài thơ vừa mở
Đốm lửa cô đơn một mình đối mặt

Điều có thể làm tôi tỉnh giấc
Tiếng gọi thao thức giữa cơn mơ
Mộng du con bóng

Điều làm tôi nguôi ngoai nỗi chờ
Là tiếng cười hối hả thời gian

Điều khiến tôi hóa đá
Là ký ức xôn xao một lời hẹn...

Điều làm tôi hóa bóng
Là xác thân
Nặng nặng kiếp người...

CON ĐƯỜNG XA NGƯỜI

Thế là điều muốn nói
Dấu lặng trong lòng nhau
Biết đâu là lần cuối
Biết đâu còn mai sau

Đàn chim tha nắng vàng
Đem mùa hè đi biệt
Con đường chưa nắng hết
Vội chi trời mưa ngang

Ai chờ ai dưới phố
Ngày đi mấy ngả dài
Con đường chong mắt gió
Phố so buồn đôi vai

Con đường anh để lại
Mênh mông một chiều tàn
Em về, ngày tháng bệnh
Làm sao chờ, thời gian...

1979

CẢM XÚC VỀ MỘT CHỜ ĐỢI

Neo một ánh trăng
Anh vẽ đêm dài mộng mị

Neo một con thuyền
Anh làm anh lái đò thi sĩ

Neo một đời người
Anh thành cái bóng đêm khuya

Thương hạt lệ ngây thơ
Thương cái bóng đè lên cuộc đợi chờ vô vọng

SỢ

Làm sao để đừng sợ
Hạnh phúc ngọt
Ngải một lần ăn phải
Lú dần nhịp đập con tim

Làm sao để đừng sợ
Mỗi đêm qua
Ngún dần tôi ánh lửa
Mỗi chữ đi
Mỗi mắc tôi trong lưới lời huyền hoặc

Nhựa một thời rưng rức
Đã xuân phơi sắc lá
Đã nắng ngọt hoa
Đã hương đêm lót ổ
Đã rộng ngày cao tiếng hót
Đã bát ngát xum vầy
Đã cuối dòng chia tan

Muôn mầu sống động của bức tranh
Sao tôi muốn thành cái khung
Và Sợ?

HẠNH PHÚC

Khi nói về hạnh phúc
Tôi đang ở trong giấc mơ
Mơ hồ nhất của sự thật

Khi nói về hạnh phúc
Tôi đang ở trong lời ru
Thơ đường mật

Khi tôi nói về hạnh phúc
Lừa phỉnh thời gian
Vài giây phút không trôi

Khi tôi nói về hạnh phúc
Phải không, ảo thanh
Của tiếng cười?

Khi nói về đớn đau
Mơ màng dòng sông chảy
Khi nói về hạnh phúc
Thì dường như tôi đang vẽ đám mây bay

Ú TIM

Cuộc đời- Hạnh phúc ú tim
Bước chân mọ mẫm tôi tìm hụt hơi

Cuộc đời bung nổ, như chơi
Mũi tên Hạnh phúc hút trời mây bay
Cười ai, đứa trẻ trắng tay...

ĐÊM QUA

Đêm qua ngó bóng giật mình
Gầy hơn con bóng u tình Nam Xương
Nghìn khuya ủ dột trên tường

Đêm qua nghe nỗi dặm trường. Gió lên

ĐÊM KHÔNG NGỦ

Sợ xao động những điều tôi nghĩ
Bóng không tan
Bóng không rời
Bóng dịu dàng ôm những giấc mơ
Âm thầm nằm cạnh tôi
Cũng không ngủ

THƯỜNG NGÀY

Hay ngồi trong đêm
Ánh trăng soi qua mắt rổ những tàng cây
Lỗ chỗ sân nhà
Nhớ. Quên
Nói chuyện một mình

Thường nôn nao giấc ngủ
Như đi đến nơi hẹn,
Bóng ai
Quen hơi giấc mộng

Hay nhìn lên trời sáng sớm
Còn mảnh trăng ngó xuống
Thấp cao cùng một ánh non
So lòng nắng mới

Hay ngồi trong chiều ngóng rất xa
Con mắt thong manh
Tưởng bóng quen
Tưởng ngày tháng cũ

Thường ngày đọc báo
Sợ như đang đi trên con đường cài mìn
Không biết lúc nào bị sát thương

Riết rồi
Con kiến lầm lũi đi…
Con châu chấu đá cỏ…
Con ong, hút mật…
Con tằm, thôi thì, nhả tơ…
May ra còn chút phận lời…

LỜI

Lời. Khi như dòng sông trôi
Con nước ngửa mặt cho trời xanh chung

Lời. Khi như gió mông lung
Hụt hơi buộc cái vô cùng chờ nhau

Lời. Khi là vết thương đau
Xin bát cháo lú qua cầu câu thơ

ĐIỀU DANG DỞ

Trong trăm bài thơ viết
Lời không dừng, cõi mộng
So le hình với bóng

Bạc đầu bao cảm xúc
Bón con chữ xanh non
Cọc cạch hai ngọn nguồn

Cảm xúc trăm nghìn tay
Bài thơ chỉ một cửa
Một phần nghìn cơ may...

Chập chùng muôn bước qua
Luồn kim một bước tới
Bài thơ con nước nổi...

Đuổi kịp bóng mình trôi?
Bình minh. Ô. con chữ...
Ai như Giả Đảo ngồi *

Thôi xem như bâng quơ
Cái bóng đi phía trước
Đuổi làm chi, giấc mơ

---

* Giả Đảo: Nhị cú tam niên đắc/ Nhất ngâm song lệ lưu...
  (Ba năm làm được hai câu thơ, ngâm lên hai hàng lệ chảy...)

TỰ HỎI

Ánh sáng ơi
Để đến được bên ngươi
Phải đi qua bao nhiêu lần bóng tối?

Hạnh phúc ơi
Để soi tỏ cùng ngươi
Phải chạm mặt bao nhiêu lần ảo ảnh?

Người ơi
Để sống đầy đặn với người
Phải bao nhiêu lần nữa cô đơn trong mỗi hiến dâng,
nụ cười nước mắt?

Và Giấc Mơ ơi
Sao mỗi khi đến cùng ngươi
Ta luôn rơi vào bẫy những hạt lệ?

ĐỘC HÀNH

Tặng Thi Sĩ NGUYỄN LƯƠNG VỸ

Nhịp một lời. Phong ba
Nghe đất trời chĩu nặng
Nghe trần gian nhẹ bẫng
Cô liêu cõi Người Ma*

Nhịp một lời. Vực sâu
Nghe trùng dương dậy sóng
Nghe núi cao cúi đầu
Thâm u. Hình với bóng

Nhịp một nhịp máu xương
Nghe con sông nằm khóc
Nghe trời xanh vừa mọc
Thổ huyết một đêm trường...

Đêm nở hạt máu mầm
Trổ thơm hơi bụng mẹ
Hạt máu rền huyết âm*
Hạt máu đau huyết lệ

Bi thương hạt tinh cha
Trổ ngàn lời thống thiết
Cười một tiếng. Ngu ngơ
Động ngàn lau xanh biếc

Nhịp một nhịp hòa âm*
Lặng mấy cõi thinh không
Khóc một tiếng. Dại khờ
Đau lòng trời xanh thẳm...

Nén ngàn hơi tinh âm*
Òa đất trời tiếng thở
Người đi đi về đâu
Trăng tan. Và nước vỡ

Vỡ
bảy hạt huyền âm*
Rúng
Sợi tơ bát âm*
Trầm ơi
Lục huyền cầm*
Tuyệt cùng
Ngũ linh âm*

Chữ thơ và tên những tập thơ của Nguyễn Lương Vỵ

DẤU HỎI NẶNG

Tưởng nhớ Lễ Nghi Học Sĩ Nguyễn Thị Lộ, bị hành quyết ngày 19/9/1442 bởi triều Lê trong bản án oan khuất Lệ Chi Viên.

Dấu hỏi chập chờn ma trơi
Dồn tôi chân tường nỗi sợ
Bóng tôi, hiu hắt bóng lời

Tiếng khóc nấc trong tiếng gió
Mở đêm thăm thẳm vực sâu
Hồn ai lân tinh bay đỏ

Đỏ thẫm bản án tru di
Ngậm oan nghìn năm mây trắng
Ngậm đau nghìn thu sử thi

Vọng về ngàn xưa âm âm
Nghe buốt trong đầu tiếng búa
Trang sử máu chảy quầng thâm

Gió kêu những lời cầu kinh
Ai ngồi mênh mông bóng tối
Thôi đừng mơ nữa, trời xanh

Mà sao đất cũng ngậm tăm
Dây trời buộc hoài không mở
Dao trời cứa buốt ngàn năm

Người đâu tìm đâu để nói
Dập đầu tứa máu nỗi đau
Nghìn sau còn oằn dấu hỏi

Dấu hỏi nặng, dấu hỏi nặng
Nghìn cân ai buộc trong đầu
Thương nỗi độc hành lặng lặng

Dấu hỏi cong trời nối đất
Sống chết ngó nhau bặt bặt
Thôi đừng mong nữa, trời xanh

tháng 9.2010

MỘT NHỊP DỪNG

Kính tặng Ba

Khoảnh khắc những vòng tay. Hụt hẫng
Một vuông trời đêm, thức giấc*
Bóng tối so dài hạt lệ…

Khoảnh khắc những đêm thầm, nỗi sợ
Nín cơn mơ, canh chừng lời nói mớ*
Bình minh bật trắng âm u

Khoảnh khắc những bước chân, bóng hút
Đôi mắt ngó con đường đi, bỗng cụt
Mầu san hô đỏ dưới chân ngày

Khoảnh khắc dài theo tiếng gọi
Rốt lại một chiều câm tiếng nói
Đợi chờ đuối một giấc mơ

Khoảnh khắc vói theo mùa xuân trôi
Mầu hoa tím ở trên đồi
Thường về lao xao trong giấc ngủ

Khoảnh khắc những vòng xe lăn mãi
Biết đâu một nhịp dừng thơ dại
Tôi lại về kịp giấc tôi mơ…

---

* *Viết theo nỗi niềm của cha tôi, những năm tháng ở trại Gia Trung*

ÁNH NHÌN CỎ NON

Nắng hay lửa làm ngày bốc khói
Ta mấy hơi mà chẳng tàn tro
Trời không thấp
Cho ta nói nhỏ
Đất sao không cao
Cho ta tựa một lời

Hay nằm xuống
Như cọng cỏ
Thấy được cả trời
Ôi nó bao la vừa bằng một hạt lệ

DỖ NGỌT

Thôi trái tim cỏ non
Nắng đã già trên đầu
Sương đã tàn trên ngọn
Đập chi hoài nhịp đau

Thôi trái tim thủy tinh
Đựng chi buồn quá lửa
Cứ vỡ đi, cứ vỡ...

Thôi trái tim thịt xương
Cứ đập đi mà quên
Cứ đập đi, mà tin...

ẤN TƯỢNG

Khi bước về con đường của kỷ niệm
Nó ấm đến nỗi
Bàn chân tôi lạnh giá

Khi nhìn lại niềm tin đã có
Nó đẹp đến nỗi
Nụ cười tôi méo mó

Vết sẹo buồn
Đã chớm mặt da non
Nỗi đau chắc gì phai dấu

Còn mặn không, đã từng chắt chiu tôi hạt lệ
Sao trên môi nhạt thếch
Nụ cười hề

AI NÓI

Một mình thấm nỗi lênh đênh
Thu hết sức nhỏ nỗi mênh mông này
Để vừa vặn một vòng tay
Nhìn cho rõ cái mặt mày tang thương
Vậy mà, ai nói rất thường?

XÂU CHUỖI

Hạt lệ nụ cười
Xâu thành một chuỗi
Chữ buồn chữ vui
Dắt nhau trôi nổi

Kéo một xe tôi

SÓNG

Tưởng nhớ BS Trương Thìn

Thả vào bờ xì xầm
Cát hỏi chuyện về biển
Sóng đáp: Đi và Đến

Trôi ra ngoài bao la
Khơi hỏi chuyện về bến
Sóng bảo: Đến rồi Xa

Hút vào trong vực sâu
Thăm thẳm hỏi: về đâu ?
Sóng tan ra. Sóng hát

Biển trời
Bóng trăng thâu...

3.2013

HÔM NAY

Hôm qua hạt lệ thâu canh
Sáng nay đọng lại trên cành, hạt sương
Mắc cỡ vì sao đã buồn...

Hôm qua, lắm mộng đêm trường
Hôm nay ngơ ngác bên đường, bình minh
Hoá ra còn có bóng mình...

Hôm qua ngó lên trời xanh
Sợ cái mênh mông làm thành cỏ mộ
Hôm nay nhìn lên lần nữa
Mầu xanh ơi lộng gió lòng tôi

Ăn thua là ở nụ cười...

NƯƠNG TỰA

Những hạt nước mắt rơi xuống
Rơi xuống bóng tối
Cho đến khi, tôi nghe được tiếng bước chân mình
Đi tới...

Nỗi đau như vết nhọ
Càng lau nó càng lem
Chỉ đến khi
Con gió của im lặng
Đặt nhẹ nhàng vào tôi ánh nhìn...

Những lời nói vẽ tôi biến dạng
Và kỷ niệm về nụ cười làm tôi bối rối
Chỉ đến khi...
Tôi tìm lại được mảnh gương soi ngày xưa
Xanh ngời trong cỏ

Niềm tin
Mù huyễn ảo
Chỉ đến khi
Ánh sáng từ trái tim ban sơ mở cho tôi đôi mắt...

BÊN BỜ

Dòng sông hay giấc mơ
Chợt hoang vắng bên bờ, mình tôi
Ơ hay mình đã trôi...

Dòng sông hay thời gian
Mở hai mắt đã tàn phai tôi
Xin còn lại con ngươi...

Dòng sông hay dòng lệ
Về đâu.Tan một bể xanh dâu
Xin còn lại nỗi đau

Để mà còn nhận ra nhau

NƯỚC MẮT

Nước mắt miên man chẩy
Gọi nước mắt là gì
Sông trôi về đâu

Nước mắt rơi
Xót thành hạt muối
Gọi nước mắt là gì
Biển ơi

Nước mắt rơi
Nước mắt hóa đá
Gọi nước mắt là gì
Kia Đá Vọng Phu

Nước mắt không rơi
Nước mắt ngân lại trong tim
Gọi nước mắt là gì
Ôi ngọc Trương Chi

Nước mắt rơi
Hòa tan ngọc u tình
Gọi nước mắt là gì
Đằm đằm chung thủy

Nước mắt rơi
Đọng lại nụ cười
Gọi nước mắt là gì
Nó đúng là Hạt Lệ

Nước mắt em
Là nhịp tim đang đập
Gọi là gì anh ơi?
Em gọi là thời gian

GIÒN CƯỜI TƯƠI KHÓC*

Bật non mầm cây khô
Hạt lệ hồng lúa mới
Nhóm lòng than tro nguội
Hạt lệ giòn reo ngô

Giòn cười trêu mặt nạ
Sắm vai tuồng bi ai
Tươi khóc hạt lệ mai
Quay vòng nhau sắc lạ

Trổ tiếng cười vạn hoa
Soi đời đau nắng lửa
Trải ngày gai gió cứa
Hạt lệ mềm, tôi qua

Lời ai hanh nắng nỏ
Lời ai se mưa gió
Hạt lệ, chiếc ô che
Nụ cười, dòng sông chở

_____

thành ngữ

THÂN THỂ

Nó là thủy tinh
Nó là con sóng
Nó là ngọn lửa
Nó là nụ hoa, quả chín
Nó là ánh sáng
Nó là bài thơ
Nó là giấc mơ trao ta những cảm xúc đẹp đẽ
Nghĩa là, Nó hết sức
Sinh động
Ấm áp
Ban sơ

Nó sinh ra Con Người
Nó ảo huyền
Tạo Hóa

Chỉ vì ta
Mà đôi khi
Nó ù lì
Nó lạnh lẽo
Nó bóng tối
Nó bạc nhược
Nó bệnh tật
Nó vực sâu
Nó âm u
Nó mộng dữ

LẬP THỂ TÔI

Những thứ gọi là thân thể
Đang bị bứt lìa
Như một con búp bê
Sau cuộc chơi của đứa bé
Tôi không biết tự nối mình lại làm sao
Từ đâu trước
Đôi chân?
Cánh tay?
Cái đầu ngó xuống
Chỉ e vô ích - Khi bên ngực trái đã trống hoác
Một trái tim

Những thứ làm nên khuôn mặt
Lạc quẻ
Con mắt không còn trên khuôn mặt
Nó đang ở trên trái tim
Như thể sợ trái tim không biết nhìn
Nó đang ở trên tai
Như thể sợ tai chỉ biết nghe
Nó đang ở dưới chân,
Dè chừng, những bước đi bóng tối
Nó đang mọc trên tay,
Sợ mù quáng những tầm với

Tôi nghe tôi
Câm
E rằng, những âm thanh huyễn hoặc
Lời đặt tôi
Trên dòng sông im lặng...

Tôi chợt thấy mình
Lập thể
Như nhân vật trong tranh Picasso
Với những lệch- lạc- đúng

TÌM

Thắp bao nhiêu lần ngọn lửa
Đốt bao nhiêu lời
Vẫn không tận mặt được Thơ

Dễ biết mấy để nói dối
Con đường lời quanh co
Thương trái tim trần thân bão tố

Mỗi khoảnh khắc là mỗi quay lưng
Thói quen của đi tới là quên
Thương quá khứ còn ràng chân nỗi nhớ

Mỗi nụ cười là mỗi xóa
Hạt lệ cũ
Thương niềm đau từng mặc chữ long lanh...

ĐÊM SINH RA

Gió về đông nẻ chân khô
U u. Đuổi người. Đuổi bóng
Bước cà khêu giỡn bóng ma

Sương rớt nỗi buồn nhỏ giọt
Sao khuya lẫy ánh trời mù
Mày đêm cau nét trăng lu

Bóng tối co ro trở dạ
Trời vừa thổi tắt ánh sao
Cây nín hơi buông nhịp lá

Thấy như đêm đang sinh ra
Giấc mơ gọi chồi xanh nhú
Ru nhau đầy đặn tiếng oa

Già rồi đêm trong nắng mai
Giấc mơ ai nuôi mà lớn
Là tôi, với một bóng ai

BÓNG ẢO

Uống phải ngụm giấc mơ
Em thành bóng lung linh
Âm thanh ánh nhìn reo bạc

Em thấy anh rất gần qua màn sương
Mỏng như em có thể dơ tay ra
Và chạm được

Xin hạt lệ Mỵ Nương
Những mảnh sóng xum vầy. Em và anh
Đáy ly hạnh phúc

Lấp lánh ký ức
Em thấy anh. Sắc cạnh pha lê
Làm sao em nối con đường bằng phẳng
Đến anh
Mà tay em không bị cứa
Những mảnh chia ly
Ánh nhìn em
Nối dài. Anh. Bóng ảo

Em giã rượu giấc mơ...

BÓNG CHÚNG TA

Và, em đã ngồi bên anh
Bất ngờ
Như trong một bức tranh
Ông họa sĩ vẽ thêm nhân vật nữ vào phút cuối

Thành ra, em đã ngồi đó, bên anh
Ông họa sĩ vẫn còn nhìn vào chúng ta
Hình như suy nghĩ
Làm thế nào để hoàn chỉnh sự ấm áp giữa hai nhân
vật
Buổi chiều lạnh và xa thẳm

Cuối cùng
Ông họa sĩ vẫn để giữa chúng ta một khoảng cách
Có điều ông vẽ thêm một ngọn nến
Để hai chiếc bóng chồng lên nhau...

HƯ ẢO THU

Dường như tôi nghe
Anh đang chờ mùa thu
Nhẹ như cơn gió thoảng
Anh đang chờ mùa thu
Âm man mác buồn. Chờ
Vẽ ra trong nắng bỏng. Ánh mắt im, xa vắng
Chờ một người quen lâu lắm chưa về
Chờ...

Dường như đã lặng gió rồi, mùa cũ
Hôm nay ai đó quăng viên cuội xuống mặt hồ
Âm âm
Anh đang chờ mùa thu
Xuyến xao vòng nước
Hư huyễn lời thầm thì
Ảo ảnh một người. Có thể đã ngồi đấy. Và nói
Anh đang chờ mùa thu...

Dường như có ai vừa gọi tôi
Mùa thu tràn dưới phố
Dường như tôi vừa ngoảnh lại
Sợi tóc nào ngược gió
Như tôi vừa trở về
Mùa cúc quỳ hư ảo
Mầu vàng ngập hết chiêm bao

mùa thu 2012

GIÓ SẼ THỔI MÙA THU ĐI

Gió nức lạnh
Lời chia tay còn ngậm
Sợi đàn căng. Một nốt nhạc chưa buông
Đêm ẩn dấu ánh nhìn
Nước mắt ơi đừng rơi
Lời chia tay thôi đừng nói
Con đường sẽ nặng những âm thanh

Gió sẽ thổi mùa thu đi
Cuối dốc sương
Anh còn thấy được không
Mầu áo em vàng và tóc em bay
Ngày mai anh ạ
Sẽ chỉ còn dư âm nhạc mưa thì thầm
Ảo mơ một lời hẹn
Và dường như, cũng thế,
Lời nói yêu em

Cứ lặng lẽ, những ra đi
Tự nhiên như
Em luôn có một khoảng không
Đầy tay buồn bã

THỨC DẬY CÙNG MÙA XUÂN

Thức dậy cùng mặt trời mới mọc
Bước ra từ giấc mơ
Như mùa đông vừa tan giá

Thức dậy với con đường đang đi
Bước đã qua
Là xác vỏ để lại của mầm hạt

Thức dậy với mùa xuân đang đến
Ngày lại mở ra như biển
Làm sao kìm tôi không tràn bờ

Thế là lại sống như mơ

22.3.2010

ĐONG ĐƯA MÙA XUÂN

Không đụng đất, không bay cao
Thốt nhiên giữa dòng thơm phức
Mùa Xuân mở nắp. Ta trào

Tung tóe trên cây ánh nhìn
Rơi xuống đa tình những nắng
Này ai, sao vẫn lặng im?

Rớt một nhịp tim rất xanh
Dồn dập reo về hạt máu
Yêu ai. Hạt ngọc ngân thành

Ru ai, cánh gió tao nôi
Đong đưa mùa xuân nỗi nhớ
Ngủ nhe những hạt lệ tôi

Không dừng lại. Không trôi xa
Cho tôi mơ hồ một nỗi
Mùa Xuân đang dắt tôi qua

22.3.2012

GIẮC MƠ MÙA XUÂN

Tặng Thi Sĩ TrangĐài Glassey Trầnguyễn

Đu đưa chiếc võng đất trời
À ơi mưa nguồn chớp bể
Mùa xuân cười mụ trong nôi...

Nghe chồi hoa những hạt
Tiếng trở dạ trong mầm cây xanh hát
Đêm dịu dàng mầu lá thay non...

Nghe hóa thân hạt lệ
(trên má từ lâu là đồng nước mặn)
Mạ lên xanh biếc nụ cười

Nghe đất khô cựa mình
Dưới dòng sông từ lâu tắt tiếng
Hạt nước ơi, hồng hào nhịp chẩy sơ sinh...

Nghe ứ hồng hạt sữa
Trần gian giú một mầm xanh
Chín ửng mùa xuân rất khác

KHI MÙA XUÂN VỀ

Miên man không ranh giới, mùa xuân
Lưỡng lự tôi
Giữa âm thanh và mầu sắc
Giữa hôm qua và hôm nay
Giữa hoài mong và ngậm ngùi

Giữa trôi đi và ở lại
Hoàng hôn tôi ủ bóng mặt trời
Đêm thao thức nắng

Giữa hư huyễn đêm và ngày
Nhẹ trôi tôi bóng sáng
Bóng tối mộng mê
Nhật Nguyệt

Điều gì nối tôi với thời gian?
Sợi chiều gài lẻ loi trên lược
Nhịp vó mùa xuân dập dồn nước rút
Reo tuổi hai mươi
Biếc một nỗi chờ
Gọi tôi trở lại

Như mùa xuân đang về
Đánh thức những mầm hạt

VIẾT CHO CON MÙA TÌNH YÊU

Gửi hai con Chương Chương
và con gái Mỹ Hạnh vừa làm mẹ

Và sinh ra, con của mẹ
Mùa tình yêu
Buổi sáng Sài Gòn no nắng. Phố mở thơm cánh thiếp*
Buổi chiều Sài Gòn hoàng hôn óng ả. Phố lên đèn
như hội*
Nửa khuya Sài Gòn. Phố khai tiệc Đêm Hoa*
Lòng mẹ no hạnh phúc
Vòng ôm chúng ta tròn cong một vòng trái đất
Trần gian diệu mật

Cám ơn con
Trong những điều mung lung
Mẹ đã viết được một giấc mơ rực rỡ, có thật
Thời gian đã dừng lại cho mẹ
Nơi phút giây ban sơ nhất của tiếng khóc
Mẹ vừa sinh ra một con người
Mẹ lung linh Tạo hóa

---

* *K.C. sinh vào buổi sáng,*B.C. sinh lúc hoàng hôn *MH sinh*
  Khánh Chi lúc gần nửa đêm

Cảm ơn con
Tiếng nhạc oa oa
Chồi non chớp mắt
Sợi thời gian mẹ con đang nắm bằng bàn tay hồng
Dịu dàng
Rộn ràng
Sợi tơ bung
Mỗi nhịp mở là mỗi ngày gom mật...

Con ơi,
Mẹ đã biết được điều huyền diệu nhất
Giản dị nhất trên đời
Cho mẹ biết rõ hơn thế nào là tội ác
Mẹ biết mẹ đứng ở đâu
Trong muôn phía biên giới nghiệt ngã của con người,
-Trái Tim Người Mẹ-
Một châu báu mẹ vừa được con ban tặng

Con của mẹ,
Tấm khiên che chắn mẹ trong những lần đạn mũi tên
Là tiếng khóc, tiếng cười con no đủ
Mẹ biết những bước mẹ đang đi
Là dấu bước chân con lẫm chẫm
Là dấu bước chân con mạnh mẽ,
đến ngày mai.

16.2. 2012

ĐƯỜNG SỚM MAI

Đẫm ban mai là hương thơm của cỏ
Mở tôi con đường gió
Gió bung đi những ngày tháng nặng
Háo hức thổi về tinh mơ
Mở tôi con đường nắng

Bay ra từ khung cửa sổ mùa xuân
Tuổi hai mươi
Và lời yêu nhau rộn rã
Rộng lượng một thời gian
Đưa tôi về giấc mơ gần gũi

Đẫm câu chuyện đầu ngày
Hương cà phê cao nguyên quê cũ
Mở lao xao nỗi nhớ
Cùng một nhịp với yêu thương
Mở tôi những lời bầu bạn

Trong những vòng quay đang mở
Tôi như được nhả ra
Thành những sợi tơ...

HỎI THẦM

Hỏi hoài, thành câu thầm thì
Chiêm bao con bóng đi, về riêng ai
Đụng hoài ngõ cụt thiên nhai

Hỏi hoài, thành câu nợ dài
Hạt duyên gieo ở phận ngoài cải kim
Mù khơi góc biển đâu tìm

Chiều rồi có con chuồn kim
Khâu vào trong gió một nghìn mơ hoa
Hạt mưa mỏng hạt phôi pha

Hạt rơi thêm một lần xa
Cõng hai phương nhớ cái tà huy cong
Hạt đi nặng một về không

Hỏi hoài, thành câu thuộc lòng
Hạt muối sẻ mặn sao đong biển cùng
Cái duyên trời nhả. Mông lung

Sẩy tay va phải mịt mùng
Thưa người, lệ chẳng đặng đừng, nên rơi

NÓI NHỎ

Hãy ngồi gần cho em nói nhỏ
Vì em sợ
Tiếng ồn ào sẽ làm nên khoảng cách

Hãy ngồi sát hơn cho em nghe nhịp sống
Vì em sợ
Khoảng cách xa dần của hơi thở

Hãy giữ em đừng để em trôi đi
Vì em sợ
Mùa chạm vào khắc nghiệt của thời gian

Hãy đọc cho em nghe lời thơ cuộn chảy dòng sông
Vì em sợ
Cây tháng ngày mình không còn xanh thảo mộc

Hãy nhìn em cho em thấy ánh nắng
Vì em sợ
Bóng tối sẽ nuốt chửng những giấc mơ

Hãy mở cho em giấc mơ bình an
Vì em sợ
Cơn bão của mộng dữ sẽ làm đau lời tình tự

Hãy bay cùng em vào mầu xanh bầu trời
Vì em sợ
Bóng cột em vào u hoài nỗi đợi

Hãy nắm bàn tay cho em nghe hơi ấm
Vì em sợ
Nỗi hoang vắng của tấm lòng không ánh lửa

Hãy giữ ánh sáng
Soi gần lại bóng chúng ta
Vì em sợ
Đêm trong em...

BUỔI SÁNG MƯA

Bỗng. Những vệt mầu lam
Tung vào bức tranh buổi sáng
Vệt lam
Như vết sương mù
Trôi lạc vào giấc mơ của nắng
Biết làm sao được nữa
Vệt lam sẫm trong ban mai
Ly cà phê uống dở

Cô gái, có lẽ định mang cành hoa cúc quỳ
Đến gặp người yêu
Ở phía mặt trời
Vệt lam
Cắt ngang vết son môi
Nụ cười như bung tiếng khóc
Vệt lam
Lam một mảng bình minh...
Vàng cúc quỳ
Đẫm nước mắt
Mùa đông xa gần trong mưa

Chẳng hiểu vì đâu
Bức tranh ban mai sẫm tối
Cũng đầy ngạc nhiên
Như bước anh đang xa dần sau cánh cửa
Em. Giống như cô gái, một mình mờ nhạt
Trong bức tranh buổi sáng. Đầy lam

CHIỀU, ĐI VỀ PHÍA MẶT TRỜI

Đong đưa
Ngày trôi
Vẽ sau tôi
Bóng thơ ngây. Nhảy nhót
Chiều rực tím

Mỏng manh
Những tia mặt trời trắng
Bung mình theo gió
Nhẹ bồng bồ công anh
Dẫn lối
Những bước chân mơ hồ
Nở hoa về phía tây
Chập choạng ảo chiều
Vẽ tôi sẫm lặng

Làm sao theo được dấu của nắng
Ngày ơi
Để gọi bóng trở về
Ơi mặt trời trắng của tôi
Đã tan vào cỏ tối

Và tôi
Bắt đầu đi tìm bóng

LÝ DO

Trong những cô đơn mà tôi sợ
Tôi sợ nụ cười xôn xao lễ hội
Tôi sợ dưới mái nhà tôi không có nụ cười

Tôi sợ trên những lời tôi nói
Không che chở được bóng tôi

Tôi sợ trên những điều tôi hỏi
Đâu là bóng thật hình tôi

GƯƠNG TÌM MẶT THẬT

Đừng hóa trang như thế
Hãy để lại một khuôn mặt mà soi gương
Đừng dội hoài bóng đêm như thế
Hãy dành chút ánh sáng cho gương soi
Đừng che đậy hoài như thế
Bóng ở trong gương tìm mặt thật mòn hơi
Đừng sống hoài như thế
Khuôn mặt phấn kia sẽ trở thành ngươi...

CẢM GIÁC NẶNG

Chiếc khăn quàng bỏ quên ngoài thềm
Đêm qua
Gió đem nó treo trên cành cây
Hơi ấm thân thể bay đi
Rơi xuống viên đá nặng. Của bóng tối

Lúng búng mãi khuôn mặt đêm
Nước ao tù ấm ức
Loanh quanh. Rồi rác rến nổi lên
Viên đá nặng một xác lạnh

Hẹn lần lữa rồi mai dưới nắng
Đem tấm thân lạnh ra phơi
Lũ ý nghĩ ẩm mốc ồn ào
Đổ thừa nhau bóng tối

Nhớ dòng máu chăm chỉ
Nhớ nước mắt một thời sôi
Nhớ khi con tim còn biết đập

Bỗng ngượng ngùng trước cỏ
Thong dong xanh và tự do
Chợt mắc cỡ trước một đóa hoa dại
Hồn nhiên nở

Nơi chân kiến nhỏ miệt mài đi
Nơi con ong gom mật chăm chỉ
Ôi tâm trạng chìm xuống
Là điều không chịu nổi

GIỮA NHỮNG MẦU XANH

, nàng đến
uống một ngụm suối long lanh
long lanh dòng suối rất xanh
long lanh riêng nàng, viên cuội.

Nằm nghe lung linh lung linh
hòa âm xanh trời đáy nước
giấc mơ, bài thơ, ru ngon
viên cuội non viên cuội nhỏ.

Là dòng luôn trôi đi. Xanh
là xanh mênh mang hạt lệ
là đêm chập chùng bóng tối
viên cuội tròn viên cuội lăn.

Bóng tối nuốt xanh dòng suối
mắt cuội mở đuối trời xa
ơi viên cuội bị rù quến
viên cuội lăn viên cuội già.

Con suối. Ảo ảnh giấc mơ...
Mầu xanh. Hư huyễn bài thơ...

TÔI SẼ NÓI

Tôi biết
Khi tôi tới
Tôi sẽ cầm trên tay đóa hoa mặt trời
Dẫu nơi đó là bóng đêm
Với giấc mơ của Thần Chết

Tôi sẽ đặt vào bàn tay hắn
Niềm tin của mầm hạt
Sức thanh xuân của cánh hoa mới nở
Nhịp sinh sôi, gắn bó rộn ràng của con nắng ấm
Tôi sẽ chỉ cho hắn
Dòng chảy thơ mộng của thời gian
Nuôi ước mơ vĩnh cửu
Tôi sẽ nói điều hắn không thể ngờ
Ánh sáng những vì sao không bao giờ tắt
Nơi ánh nhìn những kẻ yêu nhau
Trái tim con người không ngơi nghỉ
Trong sức mạnh dịu dàng một câu thơ

Tôi sẽ nói cho hắn biết
Khi đem đến ánh mắt
Của Bóng tối
Của Ác mộng
Hắn sẽ chẳng được gì
Ngoài im lặng
Của tử thi

VÀ, TÔI SẼ IM LẶNG

Lênh đênh
Hai bờ
Nắng. Và giấc mơ
Nắng có khi dậy sóng
Cái trong vắt của giấc mơ
Chữ tôi chết khát

Khát khao những vì sao chưa từng một lần thấy đất
Những chồi non mở mắt trong khuya
Có phải nơi mơ hồ vẫy gọi chữ non
Khoảng trời kia
Rộng hoài thất vọng...

Chênh vênh
Hai bờ
Mơ Thực
Đêm. Phút nhẹ dạ nhất của lời
Phút bỏ rơi dễ chịu nhất của ý nghĩ
Mọc lên xôn xao nấm dại
Trong niềm bí ẩn riêng tư
Chữ ẩn mình tịch lặng
Vô ích sao lời của tiếng tôi

Ơi, bạn đường chung thủy, nhịp lời gắn bó
Và, em sẽ nói gì với anh...

Nguyễn Thị Khánh Minh 101

ĐÊM

Đêm đang rực rỡ đi qua
giấc mơ của hoa
bằng những bước kiêu hãnh
nuốt hết tinh túy sắc mầu
phủ dụ khát vọng chồi non
Đêm mãn khai bóng tối.

Đêm kiêu hãnh
tô đậm hạt lệ
xé toạc giấc mơ
đêm tự mãn bóng mình
Bầu trời đen và ác mộng.

Khi đi ngang mặt hồ phẳng lặng
trong suốt ánh trăng
Đêm mới vỡ ra
Nó chỉ là ảo ảnh.

TÌNH NHÂN CỦA BÓNG

Lẻ một chỗ ngồi
Loang trưa cái bóng
Ngó xuống thềm sôi
Ánh nhìn phải bỏng

Lặng một bóng thầm
Ngó lên người câm
Lóa bóng trời gần
Chói chan hình ảnh

Người vừa đứng dậy
Một khoảng trống buồn
Chiếc bóng hết hồn
Hình ơi, ngó lại...

Trời xa, bóng đuối
Phai dần nắng trưa
Đâu sợi dây nối
Đôi tình nhân xưa...

DẤU CHÂN ĐÊM

Đêm hôm qua dường như chưa tan
Bóng ẩm ướt trên đường sâu cắn lá
Những lời dang dở nói không ra

Bướm thoát ra từ một loài sâu tối
Là ai. Động cỏ dấu chân đêm
Trong bóng tối ngập ngừng bóng sáng

Dấu chân đêm mọc lên hình nhân
Tim vừa đập. Bàn tay vừa ấm
Vừa bên người, phút giây của mộng

Dấu chân đêm im lìm bóng đứng
Ăn vào khuya bén rễ châu thân
Mới sớm mai đã rêu lên mầu tượng

Tượng may ra còn nhịp tim phấp phỏng
Dợm chân đi hình nhân của bóng
Nơi xum xuê hình ảnh một ban mai

GƯƠNG ĐÊM

Phía bên kia gương
Nhìn tôi
Đốm lửa rực trong mắt
Lửa bắt vào nụ cười
Gương long lanh vỡ
Sợ bóng vỡ theo
Tôi khóc

Xin hạt lệ chút pha lê
Soi tôi long lanh

Xin hạt lệ chút sắc mầu
Bóng nên hình tướng

Xin hạt lệ
Làm lành những tan vỡ

Xin một hạt lệ
Làm lành tôi…

NHỮNG BÓNG

Bóng lỗi hẹn
Lông ngỗng dặm dài mất dấu
Đường ngàn năm tung bụi
Hạt máu My Châu xanh cỏ

Bóng tương tư
Chùm gửi nhỏ nhoi ánh nến
Ai về không
Bóng bay hóa kiếp

Bóng ngo rơm
Mắt mùa đông bếp đợi
Hơi thở bùi nhùi đuối sức
Ai thổi về chút gió
Khơi ánh lửa sum vầy

Bóng tóc tơ
Mảnh bay chiếc khăn lụa
Vẫy gọi ai cuối đường thu
Sợi tóc
Hắt hiu lòng gió cũ

Bóng thơ ngây
Nhớ kiếp hẹn hò
Ai bỏ dấu đêm hoa
Lộng lẫy nửa đêm
Kịp giờ đính ước
Có vội vàng
Đánh rơi một mảnh trăng non?

Bóng đợi chờ
Lặng đời tranh vẽ
Ai pha ánh bình minh
Cho bóng bay lên
Niềm chinh phụ sao mai

KIA AI GÕ BÓNG

Ngồi đây ta gõ ván thuyền, ta ca... (Văn Cao)

Bóng người chồn chân bóng đêm
Trời đi suốt canh thâu
Chờ ai đá dựng
Người không về đâu
Non lặn biển sâu
Nổi bóng ru hời
Lung linh tử biệt
Nhạc gõ đưa thuyền trong gió

Ơi hời
Yêu ai mà kết ngọc
Tim người đọng giấc mơ
Yêu ai rơi hạt lệ
Sóng sánh sinh ly
Chở về đâu một lòng ly cạn
Hạt lệ vỡ gọi người
Chòng chành câu hát
Hát rằng sống xa
Xin chết không lìa

Ơi hời
Tìm ai mà hú gọi
Hồn tím ngắt vực sâu
Biển đến. Một biển xa
Biển đến. Một biển mộ
Gọi ai sóng bơ vơ
Đập cát tìm quê nhà
Tiếng lệ trăng khuya
Nước trôi về đâu tiếng nước
Tìm chi mà trôi giạt
Lục bình tím lá xanh
Chân rễ phiêu bồng nước cuốn
Quê nhà hai bờ sinh ly
Biển rừng từ sinh ra đã tử biệt

Một ngàn con bóng đi
Một ngàn con bóng đợi
Một ngàn con bóng bay
Một ngàn con bóng trôi
Một ngàn con bóng vỡ

Kia bóng ai ngồi
Thuyền cong trăng
Tiếng gõ
Quá giang một nỗi riêng, người...

SINH NHẬT

Mời tôi buổi sáng trong
Cụng thơm nữa, mùa đông se gió
Chiếc lá bàng bỗng nhớ
Quê nhà xa
Rét mớ phương này

Mời tôi chiều mưa bay
Môi nắng nhớ, đầy vai gió nổi
Chiều mỏng gầy bóng đợi
Người rất xa
Ơi mặn muối gừng cay*...

---

* ca dao: gừng cay muối mặn xin đừng quên nhau

MÙA ĐÔNG THÔI NÔI

Mùa Đông tôi ra đời
Mẹ mừng mẹ nói Ngọc Hà có một đóa hoa huệ nở
trước mặt trời
Vừa sinh ra tôi đã hắt hơi
Mẹ đùa, chưa đi xa mà Hà Nội đã nhắc về
Mùa Đông tôi ra đời
Nhà vắng bóng cha
Mẹ và Bà lặng lẽ

Mùa Đông thôi nôi
Mùa Đông mẹ bồng đi xa
Hà Nội trong tôi chưa kịp thành giọng nói
Hà Nội trong tôi chưa tượng thành ký ức
Theo tôi,
Cái lạnh vơi dần theo phía nắng

Lớn lên da ngào muối biển
Lớn lên cát trắng chân quen
Lớn lên môi cười nắng ấm
Lớn lên mắt xanh trời rộng
Lớn lên sóng vỗ trong lời
Lớn lên tóc rằm dương liễu
Lớn lên biển ở trong tim

Mùa Đông tôi
Bao nhiêu mùa Đông ấp ủ
Bao nhiêu năm, giấc ngủ
Hà Nội vẫn thường về
Mơ mớ giấc chiêm bao...

Nguyễn Thị Khánh Minh 111

LÀ TÔI,

đôi mắt mèo
xanh ánh lên rình mò
là tôi, con mèo lười
ngủ nướng bên bàn bếp

cũng là tôi là tôi
những chiếc lá trường sinh
mỗi ngày mỗi thèm nắng
mỗi ngày mỗi thèm nước

mỗi ngày mỗi ngày tôi
uống hoài những viên thuốc
mỗi ngày mỗi ngày tôi
đổ bóng đen chờ đợi

cũng là tôi là tôi
con cá trong bể nước
đập đầu vào thành kiếng
cá tôi ơi cá tôi

không nhận được mặt mình
ăn hòai thức ăn quen
chơi hoài đồ chơi quen
những cành rong biển nhựa

mai kia cho ra sông
ra biển với mênh mông
cá tôi phận cá hồ
cũng đòi về đòi về
ăn những thứ ăn quen
chơi cành rong biển nhựa

quen quen bể nước nhỏ,
ánh đèn điện xanh xanh
đỏ đỏ...
bơi quanh quanh
Về với anh với em
cũng như tôi, như tôi
Ơi cá chậu chim lồng.
Vỗ béo

ĐIỀU ƯỚC THỨ…n

Hãy đem tôi vào lời anh đang nói
Những điều *tôi,* sẽ được cất lên

Hãy đưa tôi vào buổi sáng anh đi
Tôi sẽ chỉ nơi
Đêm còn ủ giấc mơ

Hãy đem tôi vào thời gian anh cất kỷ niệm
Tôi sẽ gìn giữ
Những điều anh có thể quên

Hãy đem tôi vào cõi mộng mơ
Sợi tóc xanh thần chú
Gọi anh tuổi hai mươi trở lại

Hãy đem tôi vào nỗi u buồn
Tôi sẽ im lặng
Cùng mực thời gian bôi xóa

Hãy đem tôi vào nụ cười
Tôi sẽ giữ lại cho anh ít nhiều
Hạt lệ

Hãy rơi xuống hạt nước mắt
Tôi sẽ đưa anh về
Trời khuya mọc những ánh sao

Hãy trở về trở về anh nghe
Bên em. Bước chân của gió
Chúng ta cùng thắp nửa vầng trăng diễm ảo
Đêm xanh

BẦU BẠN

Đá từ trong đêm dội tới
Nỗi nặng trĩu của thời gian
Đè lên mỗi ngày
Buổi mai biết nói gì ngoài những vết sẹo đêm

Đá trong tôi lớn dần
Nỗi đông
Tan ra nước mắt
Lời không nói để lại vết sẹo buồn trong chữ

Vào tận cùng đêm
Tận cùng chữ
Bỗng nhiên lời thức dậy
Đá non

Chữ và Đêm
Nụ cười
Trinh nữ

RƠI

Có phải là mình đã rơi
Lơ mơ mộng mị giữa trời cõi xanh
Giật mình, nên rơi quá nhanh

Ô hay là mình đã rơi
Hình nhân xúng xính cõi lời, mộng du
Trăm năm ở tận nghìn thu

Dường như là mình đã rơi
Nghìn tơ buộc với cõi người năm xưa
Bập bênh hai cõi dạ thưa

Duyên lành đẩy một nhịp rơi
Đúng trong vô tận, cõi đời không sai
Rơi vào bụng mẹ đầu thai

BẦU TRỜI CỦA TÔI

Chiếc kén bé nhỏ
Bầu trời của riêng tôi
Bầu trời võng ru
Bầu trời khung cửa nắng
Bầu trời bóng nhớ
Bầu trời giấc mơ
Bầu trời một vòng ôm
Bầu trời nhịp mở đôi con mắt
Bầu trời của hai người yêu nhau
Tôi cảm nhận rõ ràng về hạnh phúc, hơn nhiều lần
những định nghĩa.

Trong ánh nhìn rất gần
Tiếng chạm vào
Của hai chiếc lá. Hai hạt sương. Hai cánh gió.
Hai đường biên.
Bầu trời của riêng tôi
Không trôi ra ngoài tiếng chạm mong manh ấy

Trên đỉnh âm thanh tiếng reo viền mi khép
Bầu trời tôi đang bay
Không cao hơn đỉnh núi ấy
Và, điều gì đổi thay dưới sức nóng kỳ diệu
của tiếng thầm thì?
Bầu trời của tôi. Tan ra.

Có phải tôi đang bay bằng đôi cánh sao băng
Cùng người trong ánh sáng một điều ước?
Quên hết dưới kia
Nơi người ta đang đốt thời gian bằng những nỗi
bất an
Nơi người ta đang tô bầu trời bằng mầu lửa
Nơi người ta vẽ bầu trời hình cánh cung
Đang bung những mũi tên

CHIỀU BÊN BỜ LONG HẢI

Chiều bên này ngó bờ bên kia
Biển xuân thì mút mắt
Rung rinh con sóng chia lìa

Chiều bên này nhớ bờ bên kia
Hạt nước hát mòn tay đá dựng
Sóng đi hút dấu biển về

Chiều bên này gọi chiều bên kia
Tay áo mỏng không thành nhịp vẫy
Gió về ngang xin một chuyến đò

Thả bay sợi này tóc mỏi
Tìm ai hỏi ngọn trúc tơ
Chiều bên này. Và gió ở bên kia

Rụng hết hạt mùa nhan sắc
Nước xanh ở. Biển trôi ngần ngặt
Chờ ai neo mỏi hoàng hôn

Nước mắt rơi lệ bay đi đâu
Sóng trôi một nghìn hạt muối
Thăm thẳm xa. Và thăm thẳm sâu

Tìm nhau. Cùng trời biền biệt
Tím mênh mang là hoàng hôn tím
Cuối đất ngồi nghe một bóng tan

Sẽ tan vào mặn biển
Thả trôi mộng này chiếc dép
Bờ rất xa là bờ bên kia

tháng 9.2012

ÂM BẢN TÔI

Đêm dầy đêm
Con bóng đi đâu
Hun hút chiêm bao
Đòi hình nhân thế mạng

Cõi mộng du
Mù mịt đường về
Hình nhân thất lạc

Thảng thốt giấc mộng
Con bóng khóc
Một đời âm bản

Âm bản
qua nét vẽ của họa sĩ Đinh Cường

ÂM THANH TÔI

Tiếng đập mạnh khỏe
Trong lồng ngực
Trao tôi từng phút trẻ trung
Tôi hiến dâng cuộc sống

Tiếng bước chân đi tới
Giục giã nắng ngày
Đun tôi hạt nước muốn sôi

Tiếng im lặng
Cung bậc của rung cảm
Cùng tận
Thấm tôi từng hạt nhỏ thời gian

Tiếng thì thầm
Đặt tôi trên một dòng suối
Tôi tan

ÂM THANH TÔI 2

Trong thời gian đứng lại
Níu một đợi chờ
Tôi đôi khi
Có tấm lòng xanh của đá
Tôi đôi khi
Vọng buồn bài thơ dang dở

Sao treo tôi lâu thế
Cây đàn cũ câm tiếng
Trong vô vọng âm thanh
Những nốt nhạc gảy lên từ ký ức

Tôi đang phai dần bóng
Như chiếc lá hình đêm
Những điệu múa mù trong tối
Ảo thanh tôi
Tiếng cô đơn
Gọi sáng

ÂM THANH TÔI 3

Dưới dòng chảy mạnh mẽ của ánh nhìn
Tôi bờ dốc
Âm thanh trượt dài của nắng

Trong nét vẽ dịu dàng của vòng ôm
Tôi chiếc lá cong
Âm thanh mềm của vũ khúc

Phủ lên quyến rũ mầu đêm
Tôi bờ đất ấm
Nghe từng hạt cát hòa âm...

Dòng sông tôi
Âm thanh tôi, nghe không biển ơi,
Âm thanh của đi tới
Âm thanh của hòa tan...

ÂM THANH TÔI 4

Nhạc gọi tôi
Nhạc xưa
Nơi tôi bắt đầu
Đưa mình vào nỗi đợi chờ, dài hơn thời gian
Nơi tôi bắt đầu
Đem mình ra trói buộc vào niềm tin mãnh liệt
Từ đó
Đập trên hơi thở tôi nhịp chẩy một dòng sông
Dường như dòng sông
Đắm say trao mình cho biển cả
Nên sông đã trao tôi tấm lòng cho tôi nương tựa
Có phải dòng sông
Vẫn cất trong mình tiếng reo của suối nguồn
Nên sông trao tôi khắc khoải về giấc mơ
Có phải dòng sông
Muốn biết sự thực của giấc mơ
Nên sông ủy thác vào tôi
Nỗi tìm...?

ĐỒNG DAO TA

Đồng dao ta, tập tầm vông
Ỡm ờ có có không không. Hẹn hò
Xòe hai tay... một tến tò
Đồng dao ta, tập tầm vó
Tìm chi không không có có. Đùa chơi
Xòe hai tay... một ngậm ngùi

Mỏi cổ ngẩng theo tầm với
Trời trên cao mây cứ nổi trêu ngươi
Xin cùng con gió, dài hơi...
Ú tim đất trời hú gọi
Bóng nhân gian chắn một cõi u sầu
Mây xa vực thẳm ngang đầu...

Hóa ra mình đã lạc nhau
Bao năm tìm bóng mà đâu với hình
Cho ta giờ lại có mình...
Ngồi xuống với nhau tình tự
Cõi buồn xưa nhập cõi chữ âm thầm
Tạ nhau, hai cõi tình thâm

Nông nỗi lệ dài lệ ngắn
Xóa làm sao cái bóng đậm đêm thâu
Để dài bước tới mai sau
Năm mười... ta trốn đi đâu
Mở con mắt hát ví dầu ầu ơ
Buông đi mà mộng bài thơ

Chiêm bao Bích Câu Kỳ Ngộ
Giải lụa xanh bay duyên nợ bềnh bông
Bước ra với ngọn cỏ hồng
Thôi nhân gian, thôi có không. Thôi, hòa...
Tầm vông, chờ bông nở hoa
Anh nghe em nói không. Và, gió bay.

BÓNG ƠI

Em gọi anh là bài thơ
Em gọi anh là Giấc Mơ không cùng
Hỏi xem trời đất mung lung
Có ai ghi chữ thủy chung như vầy:
Giấc Mơ là để phút giây
trong tay em có cái đầy hư không

KẺ MAY MẮN

Tôi gói ghém
Tất cả những gì tôi có được
Từ trái tim bé nhỏ này
Tôi đi

Vẫn y hệt
Gói hành lý ấy
Khi tôi đến

Ôi may mắn
Cái khoảng giữa- Đến và Đi- ấy không ảnh hưởng gì
Lên hai đầu tiếng khóc

Xin đừng hỏi tôi mang theo cái gì?
Tôi ra đi với hai bàn tay không
Và với trái tim đầy mong đợi *

---

* *Thơ Rabindranath Tagore- Đỗ Khánh Hoan dịch*

Đường Xa
Tác phẩm của Nhiếp Ảnh Gia Sue Cong-2013

TẢN VĂN THI

NHỊP XANH GIẤC MƠ

Trong mơ tưởng của tôi
Âm thanh những sợi mỏng nhịp nhàng.Neo trên cùng
một nhịp. Ngày và Đêm. Giấc mơ và thành tựu.
Anh và em

Trong mơ tưởng của tôi
Ánh sáng rực rỡ sóng, run trong ngực viên đá bổn
mạng đại dương xanh. Nhốt vào sâu thẳm những tiếng
đập sóng gió.Tôi trôi. Phập phồng điểm hẹn.
Nhịp xanh trái tim. Đẩy dòng chảy thời gian rộn ràng
trong mạch máu.

Trong mơ tưởng của em
Thương khó một mùa gặp gỡ. Dẫu bước chân em
giờ như chiếc lá khô lăn theo năm tháng. Mộng mơ là
cuống mỏng manh. Nuối nhìn mắt gió.

Trôi về phía giấc mơ
Ngừng lại ở con đường, nơi cuộc sống chia ly chưa
có tên, và, trong ký ức ngày mai, một hò hẹn giữa trời
xanh Sài Gòn tuổi trẻ. Em sẽ nói với anh điều có nghĩa
nhất trong cuộc đời, một điều nghĩa lý ngây thơ,
Là tình yêu vĩnh cửu,
Là thời gian không trôi,
Là hẹn hò, không bao giờ trễ.

MẦU ĐỎ TRONG NHỚ

Tôi không thể nối kết lành lặn những hình ảnh trong ký ức. Khi nhắm mắt. Li ti mạch máu đỏ. Những con đường ngõ hẹp không tên...

... Một đường chỉ thêu mầu đỏ bị lỗi trên vuông vải trắng. Cô mắng. Ngày đó tôi thường hay khóc. Sân trường tôi có cột cờ, tôi hay nhìn ba đường đỏ lượn phần phật trong gió. Gió Nha Trang ươm mùi muối. Ba đường đỏ lênh đênh sóng mặn.

... Thềm nhà gạch đỏ, hung nóng những buổi trưa ngóng mẹ, bỏng bàn chân 8 tuổi... Thềm nhà gạch đỏ, thẫm lên những chiều mưa, tim con bé đập rền tiếng xe lửa, mưa ẩn hiện một toa tầu thường chở cha đi xa.

... Ngày đó tôi hay đứng một mình.Với cô bạn búp bê, áo đầm cài nơ đỏ, phần thưởng một bài thơ thiếu nhi đăng báo, làm tôi nhớ ông bác nhà văn, ngày ấy chiếc khăn tay của bác có vài giọt máu đỏ. Tôi sợ. Nhưng bác không chết vì bệnh. Bác đã đi về biển xanh vào một tháng 4 phượng đỏ, trước khi tôi có thể viết tặng bác một bài thơ.

... Tôi nhớ mảnh giấy vở học trò ghi số tiền để mua cho anh tôi một chiếc xe goebel*. Anh nói, phải mầu đỏ, chiếc xe anh mơ suốt thời học trò, bảo, để chở em đi trên đường biển Nha Trang lộng gió. Anh ơi, bởi tiền bánh vẽ nên chiếc xe được mua trong mơ, và, mãi mãi, anh chở em đi trên biển bờ giấc mộng.

... Tôi nhớ giọng đọc chính tả buồn buồn. Mỗi buổi chiều. Thầy Hòa đi chiếc xe đạp mầu đỏ, và trên túi thầy luôn có một cây Bic** đỏ. Không hiểu sao ngày đó tôi đã không ưa mầu đỏ những điểm chấm bài. Thầy hay kể chuyện ma, ngày đó tôi sợ những hồn lân tinh đỏ bay đêm.

Nỗi sợ bé thơ.

... Trong giấc ngủ tôi thường giật mình bước hụt, như bị ai kéo chân đi, ngày đó trước khi ngủ tôi vẫn cẩn thận cài đôi chân mình dưới tấm chăn in hình hoa đỏ. Hoa giấy đỏ ngoài thềm lung linh giấc ngủ, ngôi nhà trắng bập bùng bếp lửa, chuông nhà thờ đánh đu lễ hội mộng du, trang cổ tích cô bé lọ lem nhàu trong bàn tay mớ ngủ...

Tên một loại xe gắn máy của Đức, vào những năm 60'
**Tên một loại bút vào những năm 60', hồi đó gọi là viết nguyên tử.*

Nỗi sợ rất đỏ
Một mầu hoa
Lửa tháng Tư. Tràn trưa.
Ngày như một cái lò nướng
Ai vặn quá lửa một tin dữ
Thành phố và người
Bỏng. Khát. Khô. Ngơ ngác.
Nhà cửa và cây và những con đường và hai hàng hoa
đỏ. Ứa đỏ mùa phượng vĩ, bạn tôi khóc rằng, *huyết*
phượng.
Trưa tháng 4 cong vòng lưng em tôi ôm con chó nhỏ
mới qua đời, con chó nhỏ thổ mầu huyết phượng. Trời
trồng đứng bóng.
Dòng sông chảy từ mắt người trôi về bao la biển, mầu
xanh một thời âm vang *huyết biển*...*

Tôi không thể nối lại êm đềm
Ôi, khi tôi nhắm mắt
Những đường hoa mắt li ti đỏ...
Những con đường tôi đã biết gọi tên.

---

* *chữ trong thơ Nguyễn Lương Vỵ*

CÕI ĐẸP

Cõi nhân gian, Nhà thơ ơi, những gì Người có thể nhận? Nơi đây có dòng sông nước mắt, nhiều đến nỗi đang giảm giá. Nơi đây có nỗi buồn, quen đến nỗi đã bị coi thường. Nơi đây có niềm đau, thừa đến mức đã bị làm ngơ.

A. Tôi biết Người sẵn lòng đón nhận tất cả với trái tim nhân ái của riêng mình.

Nhà thơ ơi*
Chỉ riêng Người mới chắt chứa được nỗi mong manh
những phẩm vật này.

Với nắng mùa xuân, người khơi lửa ấm áp gọi thầm
dấu yêu *phù dung, phù dung* trong câu thơ mộng mị.
Kia cánh chim cổ tích bay ngược thời gian ngậm đóa
hồng xanh cùng người đường chiều*. Trở lại.

Mầu hoa vông khóc cùng người hạt lệ đỏ tiễn anh em
vào xa vắng*. Mầu đá xanh mở đêm xanh ngục tối* hát
cùng người lời của tự do. Để một chốn đi về. Rưng
rưng cùng người đóa quỳ vàng mặt trời thơ dại.

Và mùa hạ thắp hồng cánh phượng sẽ rung lên ngàn
tơ ve sầu đưa người về trên con đường xưa bé con
cánh phồng tiếng dế.
Heo hắt quê người lòng ly hương đang đi tìm, một bếp
lửa mùa đông, tí tách lá bàng nhóm đỏ?

Ánh sáng những vì sao sẽ vỡ ngàn mơ ước, một mảnh
riêng người thầm lặng trên đồi nghe cỏ hát, đồi bình
yên cho sợi tóc ngủ trên vai, biết nơi người, lời tình yêu
là tiếng nói duy nhất của con người.

Phải chăng,
Trái tim bi cảm Người đã riêng dành quà tặng?

---

* Thi sĩ Nguyễn Xuân Thiệp, chữ và hình ảnh trong thơ, văn NXT

Nhà thơ ơi*,
Có phải trong tận hiến cô đơn nhất người đã đem đến
cõi đẹp tiếng vĩ cầm trôi đêm dạt dào huyết âm mẹ,
tiếng mưa dầm nhạc tủy xương réo rắt*?

Bước chân về níu áo mẹ nghe lời ru giấc mộng hồn
nhiên. Vầng trăng sáng nét lưng cong người tượng
hình bóng mỏng ôm con nặng một bóng đời.

Biển tịch dương trao người bờ núi thanh tân tan vào
tiếng gầm nỗi nhớ. Chiều sương bóng nhỏ trong sương.
Lời thơ ngân sóng đôi bờ lạnh...*

Cõi hư không người về đối ẩm huyết lệ rưng ma khóc
chập chờn.
Gọi bạn xưa trời cao xuống thấp*
Gọi đất lên vỗ trán *hát âm*.
Hát âm sao rền *huyết âm*
Tiệc máu xương động mấy tầng ngọn cỏ
Gió sẽ thổi, những mảnh huyết tan thành mảnh tuyết.

Và phải không,
Trái tim bi thương Người đã sẵn dành quà tặng?

---

* Thi sĩ Nguyễn Lương Vy, chữ và hình ảnh trong thơ NLV

Nhà Thơ oi*
Có những phẩm vật chỉ có Người mới cảm được nỗi
rưng rưng...

Trái Tim Mẹ Hiền đập nhịp dấu yêu con, hạt mầm quý
trữ ngàn năm cho trái đất mãi tươi non.

Giòng sữa tinh khôi gieo hạt mùa nhân ái, *Mùa Yêu
Con*, người hát thơ hoa mẫu tử ngát ngát sinh sôi,
những đường phố máu loang hóa thành võng ru giấc
bé thơ say ngủ.

Mở hội cánh đồng ban mai, những bà tiên Mẹ cầm hoa
phước lành trải lòng thương yêu cho bước chân con
trẻ, những đứa con lớn lên từ nước mắt chảy xuống
khôn nguôi, từ nụ cười bao dung nhẫn nại.
Ôi hội trần gian cho người tao nôi hạnh phúc.

*Cõi Đẹp ấy Lòng Mẹ,
Có phải Người, trái tim hồn hậu, sẵn lòng riêng cùng
nhau nhân lên nghìn nghìn hoa nhân ái?*

** Thi sĩ TrangĐài Glassey Trầnguyễn, tên tập thơ Mùa Yêu Con
của TGT.*

Nhà Thơ ơi*
Mùa Tình Yêu đã đơm hoa kết trái.

Cuộc đời kia, dẫu người có ra đi một trống vắng người
đem theo cũng đủ một không gian bay những lời tình
tự cho những kẻ yêu nhau dắt díu về quanh.

Nỗi buồn, rất riêng, người phổ nên nghìn giai điệu, trái
tim yêu thương đâu nhỏ lệ riêng người.

Ru đêm đêm nuôi dài giấc mộng, *Khúc Thụy Du** tìm
ai đánh mất ở nghìn thu, người sẽ gọi, lời thơ tình bất
tuyệt, bóng tình nhân sẽ về từ bức tranh đôi bím tóc*
đong đưa hai bờ sinh tử.

Có bình minh khai sinh có trưa mặt trời ngất nắng có
tà huy buông tím, ngồi nghe, người rao giảng kinh tình
cấy lại niềm tin vào tình yêu vĩnh cửu.

*Có phải Người, trái tim tình yêu đang chan hòa nhịp gọi
nhau gần lại?*

---

* *Thi sĩ Du Tử Lê, bài thơ phổ nhạc Khúc Thụy Du, và tranh cô
gái với bím tóc của DTL*

Nguyễn Thị Khánh Minh 143

Tôi ơi,
Nơi đây có mùa thu sắp sửa ra đi. Chiếc lá vàng thu xưa óng thời thiếu nữ, tôi có thể bất cứ lúc nào với câu thần chú ấy, mùa thu sẽ đi về.
Mùa thanh xuân sẽ đi về.
Giấc Mơ sẽ trở lại cùng hạt mưa thơm đêm Sài Gòn mùa gió mãn khai.

Nắng non ai rót tôi ơi, hãy để lại chiếc bóng trong đêm đi vào dòng lụa xanh nắng dậy thì ban mai thứ nhất của tình yêu.
Một nơi riêng mình, quầy thời gian mộng ảo. Nơi tôi đã nghe một lời đẹp nhất cõi đẹp trên đời,
Lời, anh nói yêu em.
Thời gian ơi, tôi có thể mua đứt cho mình phút giây mong manh ấy?

Và thưa Ngài Platon, đó là những điều mà Đô Thị Lý Tưởng của Ngài không có được,
Thì làm sao kham nổi Nhà Thơ?*

11.12. 2012

---

* Theo Triết gia Platon, về một đô thị lý tưởng, trong đó không có chỗ cho Nhà Thơ, Nghệ Sĩ. Theo Will Durant, "Quốc gia của Platon là một quốc gia thủ cựu, thuật chính trị của Platon thiếu sự tế nhị mềm dẻo, đề cao trật tự mà không đề cao tự do, thích cái đẹp mà không biết nuôi dưỡng nghệ sĩ" (Wikipedia)

MÙA XUÂN. MƯA

Dường như nắng chưa biết mùa xuân về.
Trời xám cùng những dự báo về một cơn bão lớn, về
một trận động đất, về một ngày tận thế, có thể.
Tôi thảng thốt.
Như tiếng chim vừa vỡ trong mưa.
Không thể bắt đầu mùa xuân như thế.

Có tiếng khóc của ai đó vừa cất lên chào ngày thứ nhất.
Nắng một ngày nõn xuân, tiên đoán cuộc đời sẽ mãi là
những ngày nắng đẹp, nên người yêu mầu xanh, yêu
thanh bình, yêu những đơn sơ. Người đến em từ giấc mơ.
Mùa xuân phương Nam rực rỡ nắng.

Tại sao bắt đầu mùa xuân bằng những trận mưa và gió.
Gió Santa Ana. Những ngọn gió có gai.
Phía bên kia đại dương trời đất chập chùng tin dữ.
Mùa yên bình, gần đây thôi, mà như đã thành cổ tích.
Nỗi sợ đồng hóa hết mọi thứ. Thiên tai mong manh hóa hết mọi điều.
Tại gió, tại mưa không nhớ hạn kỳ?
Tại đất tại trời xô lệch?

Những ngày vắng vẻ tin nắng.
Hoảng hốt nỗi sợ về một điều không kịp trong đời.
Phải nói đi thôi kẻo hỗn độn đất trời. Phải nói đi thôi kẻo ta bay thành tro bụi. Phải nói đi thôi tiếng của hôm nay, kẻo mai kia ta phải đi lại từ đầu. Em sợ con đường dài thương khó đi tới những mẫu tự tình yêu.

Chiều bay theo gió. Lá khô chạy cuống quít trên đường.
Lá khô mang mầu đỏ. Những hạt nước mắt biến mầu dưới cơn gió chướng.
Gió Santa Ana chập choạng hai phương trời.
Mây Sài Gòn giăng ngang mắt đợi.

Lá phong đỏ con đường Số Một*
Lá me bay con đường Duy Tân**
*Chiếc xe đạp quay bao nhiêu vòng thiếu nữ. Ngừng xe
nhặt lá vàng, viết một tên trên lá. Chiếc lá theo nghìn
dặm thời gian, ở đâu? Nằm khô trong tập giấy xưa, bơ
vơ thành hạt bụi trên vệ đường nắng mưa xứ lạ, hay vệt
mờ trong ký ức?*

Mưa bắt đầu mùa xuân ở đây
Mưa mặn nước mắt
Nhòa trời Santa Ana

Mơ hồ thời gian thần thoại.
*Xin thêm khoảnh khắc để em về, như cô Tấm xưa, kịp
đánh rơi một chiếc guốc, làm nên một chuyện tình trước
lúc nửa đêm.*
Chắc chắn anh sẽ đi tìm em, em biết,
*Em sẽ kịp nhặt vào ký ức mình hơi ấm một không gian
nụ hôn dưới ánh trăng vội vã.*
*Và anh ơi, chúng ta sẽ cùng viết lại trang cổ tích mùa
xuân với giấc mơ mầu nắng.*
Dĩ nhiên không phải mùa xuân mưa, như ở đây.
Và, mãi mãi chúng ta không có ký ức về chia ly.

---

* *Đường First tại thành phố Santa Ana, California.*
***Hồi trước 1975, trường đại học Luật khoa Sài Gòn nằm trên
con đường mang tên Duy Tân.*

Nguyễn Thị Khánh Minh 147

NƠI BẮT ĐẦU MÙA XUÂN

Khởi đầu từ một giấc mơ.
Ngày mãi mãi bắt đầu với mặt trời mùa xuân đầy hứng khởi.
Trái tim còn đập trong lồng ngực.
Những tiếng nói cười thân yêu đang giữ cho anh từng phút giây hạnh phúc.
Và, con nắng nhỏ, là tôi, bên cửa sổ.
Con nắng nhỏ gần gũi, đi, về, mỗi ngày bên cửa sổ.

Anh sẽ thấy con nắng ấy, một ngày mùa hè, một ngày mùa xuân, một ngày mùa thu, và cả hôm nay, trong ngày đông âm u, em sẽ để cánh tay nắng ấm áp ở nơi có thể vẫy chào anh buổi sáng.

Đôi khi hạt mưa kia, là em, rơi âm thầm hạt lệ. Hạt lệ nối khoảng cách đại dương, nối chấp chới ánh nhìn Sâm Thương, nối mịt mùng trời với đất, nối một đường tơ đứt tự thuở rất xa xưa. Để một lúc nào, tình cờ rơi trên tay anh. Hạt mưa trong ngần sau bao lần dâu bể thời gian…

Cây cầu bắc qua con sông trong thành phố.
Mỗi ngày anh vẫn đi qua.
Dòng nước trôi chở tháng ngày đi mãi. Những nốt thời gian ngân dài quên lãng. Nỗi ơ hờ không buông tha một ai. Nỗi tàn phai rất khắc nghiệt cho từng ký ức ta muốn giữ gìn. Tôi phải làm gì để chở che nỗi nhớ?

Phím thời gian ngân reo nốt nhạc
Cánh cửa Giấc Mơ bật mở
Có thể một xô lệch của thời gian, được không? Anh bước qua cây cầu và đi vào không gian giấc mơ? Giấc mơ em ở đó, không thời gian. Không ở đâu trong thế giới hiện hữu này.

Cánh tay thực tại buông lơi, Giấc Mơ em gọi tên, người bạn rong chơi cùng em suốt mùa quá khứ, đập cùng em nhịp tim của phút giây, và là một mơ hồ vẫy gọi ở cuối chân trời.
Giấc Mơ, nơi có thể giữ lại thời gian, cho em sống, ở lại, với tấm lòng mãi mãi Hôm Nay.

Mùa thu. Bao giờ cũng quyến rũ người cái sắc vàng của lá.

Có thể tôi đã mơ mộng để vàng óng ả như thế, và, rơi như thế.

Rơi trong cảm xúc một ánh nhìn,
Rơi trong rộn ràng một ngẫu nhiên,
Rơi trong hòa âm gió,
Rơi không đau lòng một tan tác,

Em sẽ rơi như mơ, anh đang bước qua cây cầu và đi tới. Cây cầu bắc qua dòng sông trong thành phố, một thành phố mù sương ký ức.

Anh sẽ nhặt chiếc lá vàng đang chuyên chở nhịp đi của mùa thu đó, phải vậy không? cho dù anh có thể lại thả nó rơi theo dòng nước của con sông mỗi ngày anh vẫn đi qua...

Cây cầu lạnh lùng của thời gian.

Có thể anh đang đẩy cánh cửa để bước vào, tiếng dương cầm thở xa vắng trong căn phòng bộn bề công việc.

Tiếng dương cầm thảnh thơi bay qua ngàn dặm để em biết được rằng hơi thở của cảm xúc anh cũng đang ngưng đọng trong từng nốt nhạc. Ôi trái tim Mozart tuyệt vời nối dài từ nốt nhạc diệu kỳ đến từng nhịp tim rung động của chúng ta hôm nay.

Em cũng đã ngây thơ để tưởng tượng ra rằng mình là một nốt nhạc nhỏ bé đang nhảy nhót trong cảm xúc ấy. Có phải anh đã ngưng lại, một thoáng thôi, nghe thấy, nơi, bỗng dưng em hiện hữu?

Có thể anh vừa bước ra khỏi giảng đường,
Điều gì đọng lại sau những điều anh vừa giảng dạy?
– Đó là món quà đẹp nhất anh đã hiến dâng cho cuộc sống- Anh có biết ý nghĩa dường nào khi hình ảnh anh ở trong ký ức của ai đó?

Có thể anh vừa gấp lại một cuốn sách,
Tiếng gấp như vừa góp vào một ngọn lửa nhỏ trong bếp lửa tri thức của nhân gian.
Anh biết ý nghĩa đến thế nào khi ai đó lưu lại trong ký ức anh?

Có thể anh vừa viết xong, bất cứ một điều gì, một luận đề, một bài thơ, một câu truyện...
Hay có thể anh vừa vẽ xong một bức tranh...
Anh nghe được không, trên trang giấy có tiếng dạt dào con sóng, âm vang sau những điều anh viết, con tằm rút ruột nhả tơ, sợi tơ ấy nối vào hạt lệ, nụ cười, lòng hân thưởng...

Và, anh ơi vẫn bên đời, một cuốn sách mà khi anh tìm về anh sẽ nghe được, rất dịu dàng, tiếng tình yêu vĩnh cửu. Bắt đầu từ xa xôi lời hẹn hò của những hạt bụi, bay vào nhịp tim mở ngỏ ban sơ của chúng ta. Tìm nhau. Gặp nhau. Lạc nhau.

Có thể một lúc nào đó, em đọc lại những lá thư ngày xưa, (một ngày xưa không bao giờ xưa cũ) Em đã là nụ cười thấp thoáng trên trang giấy ấy, là ánh nhìn sẻ chia trong những dòng chữ ấy, những con chữ mang một sinh mệnh diệu kỳ trong ký ức hội ngộ lẫn chia ly...

Anh vẫn đi qua chiếc cầu bắc ngang một dòng sông trong thành phố. Dòng sông chở tháng ngày đi mãi.
Một gợn sóng nhỏ, là tôi, ghìm lại phút giây...
Tôi biết, không biết tại sao, rằng, dòng sông đã sẵn sàng ngưng lại thời gian nơi khởi đầu mùa xuân...

Trong thời gian của ngày khép lại,
Tôi sẽ gửi vào đó, Giấc mơ.
Anh sẽ ở lại với em trong giấc mơ ấy? Anh sẽ nghe
thấy trong đó còn nóng hổi hơi thở của ký ức.

Ký ức, êm đềm thứ tự như những tờ thư em xếp gọn
gàng trong tủ.
Ký ức, đêm huyền dịu ánh sao Kim, lấp lánh xanh
trên ngón tay đeo nhẫn.
Ký ức, sợi tơ mong manh kéo hai phương trời thảng
thốt.
Ký ức, đôi vai bé trĩu cong ngày tháng đợi.
Ký ức, dòng sông chia tan bay tung trong trời những
hạt lệ.
Ký ức, con đường của giấc ngủ mà em luôn vấp
bởi một giấc mơ. Lặp lại hằng đêm.
Ký ức, là Hôm Qua, Lúc Này, và cả điểm cuối cùng
của Ngày Mai.
Em biết tặng anh gì ngoài món quà Ký Ức?

Mùa Xuân trên con đường tôi đi tới
Mỗi bước chân tôi viết từng ký ức của ngày mai
Anh ơi, em biết đó sẽ là một ký ức hạnh phúc.

22.3.2011

KÝ ỨC CỦA NGÀY MAI

Mầu viễn mơ mùa xuân ngày mở cánh thiếp báo tin vui trời đầy đặn vòng tay gói tròn tuổi hai mươi đứng lại với thanh xuân.

Mầu chia ly cánh hoa mùa hè úng đỏ tiếng đàn đứt hẫng thời gian ngày khép lại từ đó u hoài giấc mơ nuôi thầm thì những đêm đi về với bóng.

Mầu thời gian đầm đẫm im những hạt lệ sao khuya đẫm nỗi nhớ bắc võng hai bờ đại dương ngun ngút tiếng gió ru âm vang mùa thu chờ đợi.

Mầu mắt lạnh đông phai từng nét chữ trang thư ủ lại mơ hồ hương nước mắt có phải đã nghìn lần thức dưới đèn khuya hắt thành đêm khắc khoải ánh sao Hôm...

Mầu hạnh ngộ xanh mải miết con đường nuôi mơ mộng tương lai... kia sao Mai vừa sáng mầu bình minh bay ra từ kỷ niệm phong bụi bao năm lời ước hẹn đưa tôi về sững một phút giây.

Ký ức phập phồng những nhịp đập gọi tôi đi. Một miền tương lai huyễn ảo.

Em có thể sống cuộc đời bằng hơi thở giấc mơ?
Không có con gió nào đóng được ô cửa sổ. Để em
nghe nắng mùa xuân. Hát gió phương Nam mùa hè
rộng.
Quyến rũ diệu kỳ nào cho em rơi theo nhịp lá mùa thu
nuối một ánh nhìn.
Gom sức ấm của mầu lá úa nhóm mùa đông những
đốm mắt long lanh gọi bước ai về.
Và, anh có tìm em theo dấu chiếc khăn lụa hai mươi
chưa từng nguôi nhịp vẫy?

Chúng ta sẽ gõ bước trên những viên gạch mầu nâu.
Mầu thời gian lại tươi thắm dưới bàn chân hò hẹn.
Tiếng cười chúng ta thơm mùi những món ăn xưa, nhìn
nhau no thanh xuân, lục lạc gió reo gọi mùa yêu dấu.
Trời trong mắt anh xanh. Và em trôi vào mẩu xanh ấy
một áng mây mơ mộng.

Chúng ta sẽ ngồi bên thềm xưa nghe mưa tháng 9
đêm Sài Gòn nồng hương hoa sứ.
*Giấc mơ trở về rơi thầm thì lời tình tự. Những hạt mưa
ẩn mật hẹn hò. Những hạt mưa chuyện trò hạt lệ. Sẽ
một hạt rất trong để dành em khóc.*

Chúng ta sẽ ngồi bên thềm xưa, đêm thơm giờ đính
ước.
Anh sẽ đọc cho em nghe bài thơ
"Không có em anh sẽ là ai ",
và chúng ta, *sẽ là chiếc đồng hồ đứng lại với thời
gian**, điểm của hạnh phúc,
trong *khu rừng yên ngủ** của tình yêu,
chúng ta cùng có một giấc mơ
Rực rỡ mầu ký ức của ngày mai.

_____

* *Bài thơ của thi sĩ Pháp, Louis Aragon*
Que serais-je sans toi?
Que serais-je sans toi qui vins à ma rencontre
Que serais-je sans toi qu'un coeur au bois dormant
Que cette heure arrêtée au cadran de la montre...

Không có em anh sẽ là ai?
Nếu em không đến bên đời anh gặp gỡ
Anh chỉ là một trái tim nằm im trong khu rừng yên ngủ
Anh chỉ là kim đồng hồ ngừng lại với thời gian...
(Lời dịch của một người bạn)

NÓI VỚI CÁC CON CHIỀU NAY

Vào lúc mà những trận mưa mùa xuân đổ xuống.
Gió như đang thổi tới những bất thường
Trái tim mẹ mềm như vạt nắng trên thềm nhà sắp vào tối
Mẹ nhớ các con.
Ngày các con tới tặng cho mẹ một giấc mơ thành tựu.

Sẽ nói với các con điều gì khi lòng mẹ chiều nay
như một mảnh nhỏ đang bay...

Mùa hè xông mưa. Cô bé ôm một con búp bê. Trời mưa biến cô thành hạt lệ. Hạt lệ nhỏ. Rơi hoài trong giấc ngủ. Cô bé như cái bóng, dấu hết sức mình, để lớn.
Bóng đổ rất nhỏ mỗi chiều bên cửa.

Nguyễn Thị Khánh Minh 157

Các con đã lớn lên
Như mặt trời vươn lên đỉnh cao của mình dưới nắng.
Trời đâu che, Đất đâu chở, riêng ai*. Ông ngoại đã đọc
cho mẹ nghe câu thơ ấy và đã cấy nơi mẹ bước đi
vững chãi.
Mẹ đã là cô gái ngoan. Mỗi ngày đi học. Mỗi đêm
khuya thức học bài. Mỗi tháng đem bảng danh dự về
cho ông bà. Mẹ nghe tiếng cuộc đời vi vu qua vỏ ốc.
Bóng vươn dài đôi tay chồi biếc.

Điều gì đã làm mẹ khóc mẹ cười lúc ấy?
Không đúng đâu,
Những câu thơ trong hộc bàn thì thầm với mẹ, một đêm,
như vậy. Biết khóc và biết cười đôi khi là điều không dễ.
Lắm khi mẹ như anh hề dấu nỗi buồn dưới cái mũi cà
chua đỏ.
Bóng nhu mì bên lối đi dành cho người đi bộ.

---

* *Thơ Tầu: Thiên bất tư phúc địa bất tư tải...*

Cám ơn các con
Tiếng cười ban sơ, khi các con no, khi các con mạnh
khỏe, khi các con làm được việc gì đó như ý muốn.
Tiếng khóc hồn nhiên, khi các con đói, khi các con bị
mất một món đồ chơi.

Những lời. Làm ta mụ mẫm. Bé sợ lời dọa bé. Lớn sợ
lời dọa lớn. Mẹ vẫn thường sợ những con ma da kéo
chân trong giấc ngủ. Những vô hình dội tiếng sau lưng.
Gai xương rồng tua tủa con đường trước mặt.
Riết rồi mẹ sống mình như bóng.

Mẹ tin các con có những đôi mắt ở sau lưng.
Biết nghe trái tim mình, một trái tim biết thấy.
Với những bước đi vững vàng trên đất.
Không lấy của ai bất cứ gì. Nhưng phải biết giữ cho
mình cái, mà lẽ Đất Trời trao tặng.

Điều gì đưa mẹ trôi qua?
Bóng ngây thơ mỗi đêm
Những trang thơ chật dần trong hộc tủ. Cuộc chơi duy
nhất, mẹ đem cuộc sống mình tham dự. Bản nháp
đẹp để trong đời cho tới nay mẹ chưa từng xóa.
Đó là giấc mơ, mẹ đang đi đến bằng trái tim quyết liệt.
Đó là giấc mơ. Cho mẹ sống thật.
Đó là giấc mơ bay trên ánh nhìn của các con,
Đường bay duy nhất mẹ thênh thang.

Có phải đấy là những điều mẹ nói cùng các con. Lúc
mẹ nhìn vào chiếc bóng thu mình rất nhỏ.
Ngày đi dần xuống đồi.
Mùa xuân tan trong mưa bụi.
Một mảnh nhẹ tênh
Chiều nay
Bay.

BẠT
NGUYỄN LƯƠNG VỸ

MỘT TRỜI THƠ PHIÊU LÃNG

Cuối tháng Tư 2008, thi sĩ Nguyễn Tôn Nhan (NTN) du lịch Hoa Kỳ, nhàn du nơi đất khách Bolsa, miền Nam Cali-fornia. Hẹn tôi ở quán cà phê góc đường Bolsa-Magnolia vào một buổi sáng sớm, khi tiết trời còn se lạnh. Sau khi siết chặt tay chào nhau, hàn huyên ngắn đôi câu, vừa khuấy ly cà phê đen nóng, NTN nói với tôi: "Ngày mai, tôi sẽ giới thiệu với Vỹ một nữ sĩ. Tên của Nàng rất sáng láng, rất thơ: Nguyễn Thị Khánh Minh (NTKM). Thơ của Nàng còn sáng láng hơn tên của Nàng. Cam đoan là như vậy!" Tôi cười vui đáp lại: "*Văn kỳ thanh*..., nhưng chưa bao giờ được diện kiến. Mong lắm thay!"

Xế chiều hôm sau, tôi lái xe chở NTN đến đón nữ sĩ tại nhà rồi cùng nhau ra quán cà phê Mái Tây Hiên nằm trên đường First. Quán nhỏ, hơi vắng khách, nắng chiều đã dịu nhẹ, chỗ ngồi làm gợi nhớ một góc phố đâu đó ở Sài Gòn. NTKM hiện ra trước mắt tôi không giống như trong hình dung tưởng tượng theo tên gọi. Một nhân dáng thanh tao, nhỏ nhắn. Một gương mặt trẻ hơn rất nhiều so với độ tuổi, nhất là đôi mắt, nét cười nhân hậu, hồn nhiên. Sau vài phút xã giao, thủ lễ ban đầu, câu chuyện văn chương, thi ca đã làm cả ba chúng tôi hào hứng hẳn lên, không còn lạ lẫm, nghi hoặc, gì nữa. Cao hứng, nữ sĩ nhắc lại một kỷ niệm thời xa xưa của tuổi học trò: Trong sổ tay ghi chép những bài thơ nàng tâm đắc, ưng ý, đã đăng trên các tạp chí văn học vào thập niên '70 trong thế kỷ trước, nữ sĩ đã trân trọng chép lại bài thơ 4 câu của tôi từ tạp chí Văn:"*Biển đắp một tòa sương/Lạnh đôi bờ vú nhỏ/*

Nàng tắm trong tịch dương/Núi gầm lên khóc nhớ." Tôi vừa ngạc nhiên, vừa cảm động, vừa biết ơn tấm tri tình của nữ sĩ dành cho thơ một cách chân thành, trong sáng.

Cuộc gặp gỡ đã tròn 5 năm, ý nghĩa thời gian của nó được nhân lên gấp ngàn lần. Ba chúng tôi đã trở thành bạn tri âm chí tình chí thiết trong cõi văn chương từ bấy đến nay. Điều bất hạnh không thể ngờ được là, NTN đã chia tay chúng tôi quá đột ngột sau một tai nạn giao thông định mệnh tại Sài Gòn vào một buổi chiều cuối năm Tân Mão (2011.) Một sự mất mát, trống vắng không cách gì bù đắp được! Ở chốn đất lạ trời quen, tôi và NTKM chỉ biết dành những khoảng lặng, những khoảnh khắc hiu hắt nhất, thơm thảo nhất, tĩnh lặng nhất để hoài niệm tri âm tri kỷ NTN, một trong những thi sĩ phiêu bồng, phiêu lãng nhất của thế kỷ.

Mỗi một đời người là một định mệnh vốn dĩ?! Mỗi một đời thơ là một định mệnh vốn dĩ?! Câu trả lời của các bậc hiền phương Đông: "Nhiên!" Là Như Thế Đấy!

Tôi được biết, NTKM làm thơ từ rất sớm. Ở độ tuổi 13 cô bé NTKM đã có thơ đăng trên các báo thiếu nhi ở Sài Gòn và sau đó là một cây thơ quen thuộc của báo Tuổi Hoa. Những vần thơ đầu đời đã mang khí chất bẩm sinh, hồn nhiên, trong sáng: *Em giơ tay hứng giọt mưa mùa đông/ Hạt nước nào rơi trong tiếng lạnh lùng/ Tay em bé nước tràn không đủ nắm/ Nên buồn buồn nước vỡ bâng khuâng.*

Cho đến tuổi trưởng thành, hồn thơ ấy ngày càng thăng hoa, phát tiết một cách tự nhiên như hơi thở, như chính sức sống, sức cảm thụ nhạy bén của chính người-thơ NTKM vốn đã. Bi kịch của lịch sử, bi kịch của gia đình trong buổi giao thời sau tháng 4.1975, càng làm cho tâm hồn của người-thơ rung động mật thiết hơn trước những con chữ. Từ thi tập đầu tay, *Tặng Phẩm (1991,) Trăm Năm (1991,)* đến *Tơ Tóc*

Cũng Buồn (1997,) Đêm Hoa (1999,) Những Buổi Sáng (2002,) Bùa Hương (2009,) người-thơ NTKM đã tạo được cho mình một chất giọng thơ rất riêng, với những chữ-thơ đầy ắp hồn vía, âm vang và sắc màu, tôi gọi đó là Một Trời Thơ Phiêu Lãng, với một sức thấy, sức nghe, sức chạm vào đời sống, vào tâm thức một cách nhạy cảm hiếm hoi.

Và giờ đây, *Ký Ức Của Bóng*, thi phẩm thứ 7 của NTKM chào đời, với 108 (con số lạ lùng nhỉ!) bài thơ được chắt lọc trong thời gian gần đây, tiếp tục bay đi giữa khoảng trời cao rộng, tiếp tục cất lên tiếng hát của hàng ngàn, hàng vạn, hàng muôn trùng con chữ tinh khôi, như chính phẩm chất của người-thơ NTKM.

Có thể nói Ký Ức Của Bóng là một bản giao hưởng với những biến tấu của Hình và Bóng. Trầm lắng của Hình và, réo rắt của Bóng.

Là bảng palette màu chập chùng bôi xóa lẫn nhau của Hình và Bóng. Phải chăng Bóng - cái âm bản của Hình kia - mãi vọng âm những "tang thương ngẫu lục" của Hình? Và bài thơ Hình Nhân Của Bóng (bài 10) là một mảng lóe sáng hơi thở cộng hưởng của cặp song sinh ấy, cho đến khi Hình kia, muốn tìm mình, chỉ thấy được sum vầy nơi Ký Ức của Bóng. Nơi trao gửi, và cũng có thể, để buông...

Hình và Bóng, phải chăng là nỗi ám ảnh khôn nguôi của người-thơ từ thuở đầu đời cho đến nay và cho đến ngày xuôi tay nhắm mắt?! Câu hỏi cũng chính là câu trả lời. Thật và Ảo, Chân và Mộng, Có và Không, những cặp đối đãi bất tận của luân hồi. Người-thơ trầm mình, tan biến vào Hình và Bóng để tìm về cái Đẹp của Vĩnh Hằng. Tiếng ca hát vỡ máu, nát lệ của người-thơ sẽ hòa âm cùng Tịch Mịch Sấm Rền. Phải chăng, đó chính là cái Đẹp của Thơ, của Đạo?!

Tôi đã đọc một mạch bản thảo *Ký Ức Của Bóng* suốt một ngày đêm không ngừng nghỉ. Có lúc đọc lướt nhanh, có lúc đọc rất chậm. Nhưng phần lớn là đọc rất chậm để cảm thấu sức rung động sâu xa, ngân dài của những con chữ-thơ kỳ diệu.

Và đây, mời bạn thử đọc chậm, rất chậm bài tản văn thi "Cõi Đẹp" của người-thơ NTKM, trích trong thi tập *Ký Ức Của Bóng:*

Cõi nhân gian, Nhà thơ ơi, những gì Người có thể nhận?
Nơi đây có dòng sông nước mắt, nhiều đến nỗi đang giảm giá.
Nơi đây có nỗi buồn, quen đến nỗi đã bị coi thường.
Nơi đây có niềm đau, thừa đến mức đã bị làm ngơ.
A. Tôi biết Người sẵn lòng đón nhận tất cả với trái tim nhân ái của riêng mình.

Nhà thơ ơi
Chỉ riêng Người mới chất chứa được nỗi mong manh những phẩm vật này.
Với nắng mùa xuân, người khơi lửa ấm áp gọi thầm nỗi dấu yêu phù dung, phù dung trong câu thơ mộng mị.
Kia cánh chim cổ tích bay ngược thời gian ngậm đóa hồng xanh cùng người đường chiều. Trở lại.
Mầu hoa vông khóc cùng người hạt lệ đỏ tiễn anh em vào xa vắng. Mầu đá xanh mở đêm xanh ngục tối, hát cùng người lời của tự do. Để một chốn đi về. Rưng rưng cùng người đóa quỳ vàng mặt trời thơ dại.
Và mùa hạ thắp hồng cánh phượng sẽ rung lên ngàn tơ ve sầu đưa người về trên con đường xưa bé con cánh phồng tiếng dế.
Heo hắt quê người lòng ly hương đang đi tìm, một bếp lửa mùa đông, tí tách lá bàng nhóm đỏ?
Ánh sáng những vì sao sẽ vỡ ngàn mơ ước, một mảnh riêng người thầm lặng trên đồi nghe cỏ hát, đồi bình yên cho sợi tóc ngủ trên vai, biết nơi người, lời tình yêu

là tiếng nói duy nhất của con người.
Phải chăng,
Trái tim bi cảm Người đã riêng dành quà tặng?

Nhà thơ ơi,
Có phải trong tận hiến cô đơn nhất người đã đem đến
cõi đẹp tiếng vĩ cầm trôi đêm dạt dào huyết âm mẹ,
tiếng mưa dầm nhạc tủy xương réo rắt?
Bước chân về níu áo mẹ nghe lời ru giấc mộng hồn
nhiên. Vầng trăng sáng nét lưng cong người tượng
hình bóng mỏng ôm con nặng một bóng đời.
Biển tịch dương trao người bờ núi thanh tân tan vào
tiếng gầm nỗi nhớ. Chiều sương bóng nhỏ trong sương.
Lời thơ ngân sóng đôi bờ lạnh...
Cõi hư không người về đối ẩm huyết lệ rưng ma khóc
chập chờn.
Gọi bạn xưa trời cao xuống thấp
Gọi đất lên vỗ trán hát âm
Hát âm sao rền huyết âm
Tiệc máu xương động mấy tầng ngọn cỏ
Gió sẽ thổi, những mảnh huyết tan thành mảnh tuyết.
Và phải không,
Trái tim bi thương Người đã sẵn dành quà tặng?

Nhà Thơ ơi
Có những phẩm vật chỉ có Người mới cảm được nỗi
rưng rưng...
Trái Tim Mẹ Hiền đập nhịp dấu yêu con, hạt mầm quý
trữ ngàn năm cho trái đất mãi tươi non.
Giòng sữa tinh khôi gieo hạt mùa nhân ái, Mùa Yêu
Con, người hát thơ hoa mẫu tử ngát ngát sinh sôi,
những đường phố máu loang hóa thành võng ru giấc
bé thơ say ngủ.
Mở hội cánh đồng ban mai, những bà tiên Mẹ cầm hoa
phước lành trải lòng thương yêu cho bước chân con
trẻ, những đứa con lớn lên từ nước mắt chảy xuống

Nguyễn Thị Khánh Minh 165

khôn nguôi, từ nụ cười bao dung nhẫn nại.

Ôi hội trần gian cho người tạo nôi hạnh phúc.

Cõi Đẹp ấy lòng Mẹ,

Có phải Người, trái tim hồn hậu, sẵn lòng riêng
cùng nhau nhân lên nghìn nghìn hoa nhân ái?

Nhà Thơ ơi

Mùa Tình Yêu đã đơm hoa kết trái.

Cuộc đời kia, dẫu người có ra đi một trống vắng người
đem theo cũng đủ một không gian bay những lời tình
tự cho những kẻ yêu nhau dắt díu về quanh.

Nỗi buồn, rất riêng, người phổ nên nghìn giai điệu, trái
tim yêu thương đâu nhỏ lệ riêng người.

Ru đêm đêm nuôi dài giấc mộng, Khúc Thụy Du tìm
ai đánh mất ở nghìn thu, người sẽ gọi, lời thơ tình bất
tuyệt, bóng tình nhân sẽ về từ bức tranh đôi bím tóc
đong đưa hai bờ sinh tử.

Có bình minh khai sinh có trưa mặt trời ngất nắng có
tà huy buông tím, ngồi nghe, người rao giảng kinh tình
cấy lại niềm tin vào tình yêu vĩnh cửu.

Có phải Người, trái tim tình yêu đang chan hòa
nhịp gọi nhau gần lại?

Tôi ơi,

Nơi đây có mùa thu sắp sửa ra đi. Chiếc lá vàng thu
xưa óng thời thiếu nữ, tôi có thể bất cứ lúc nào với
câu thần chú ấy, mùa thu sẽ đi về. Mùa thanh xuân
sẽ đi về.

Giấc Mơ sẽ trở lại cùng hạt mưa thơm đêm Sài Gòn
mùa gió mãn khai.

Nắng non ai rót tôi ơi, hãy để lại chiếc bóng trong đêm
đi vào dòng lụa xanh nắng dậy thì ban mai thứ nhất
của tình yêu.

Một nơi riêng mình, quầy thời gian mộng ảo. Nơi tôi đã
nghe một lời đẹp nhất cõi đẹp trên đời,

Lời, anh nói yêu em.

Thời gian ơi, tôi có thể mua đứt cho mình phút giây mong manh ấy?

Và thưa Ngài Platon, đó là những điều mà Đô Thị Lý Tưởng của Ngài không có được,
Thì làm sao kham nổi Nhà Thơ?

Xin bạn, có khi nào trong đêm tĩnh tịch vắng xa, bạn hãy nhẩn nha đọc chậm thêm một đôi lần nữa trước khi đi vào giấc mộng của riêng mình. Người-thơ đang thủ thỉ thầm thì với bạn về một Cõi Đẹp của chính cuộc đời nầy, trong đó có bạn và tôi và biết bao sinh linh đang luân vũ bất tận giữa đất trời vạn-hữu-hư-không.

Cõi Đẹp ấy Người-thơ xác quyết, như một định nghĩa riêng của mình, chỉ là Cõi Thơ, qua đấy cho thấy một niềm tin sáng láng, nếu không muốn nói là tuyệt đối, vào Thơ Ca, một niềm tin mà theo NTKM, là một giấc mơ người thơ *đã và đang đi đến bằng trái tim quyết liệt.* Đây là một trong những bài tản văn thi đẹp nhất mà tôi được đọc. Giọng thơ thầm thì vẫy gọi, hồn thơ lóng lánh mênh mang, tứ thơ phiêu lãng bềnh bồng, gom hết Hình Nhân Của Bóng, vang vang Hình Nhân Của Bóng, vời vợi Hình Nhân Của Bóng, điệp trùng Hình Nhân Của Bóng, thơm ngát Một Trời Thơ Phiêu Lãng.

Cám ơn thơ! Cám ơn người-thơ NTKM.

Nam Calif., 04.2013

MỤC LỤC

Nguyễn Thị Khánh Minh 171

KÝ ỨC CỦA BÓNG
108 bài thơ
đa số được viết từ 2010- 4.2013

Liên lạc tác giả
Nguyễn thị Khánh Minh
714 203 9109
Email: khanhnguyenm@yahoo.com

Nhà Xuất Bản SỐNG
hân hạnh giới thiệu:

amazon.com

Nhà Xuất Bản SỐNG
hân hạnh giới thiệu:

amazon.com

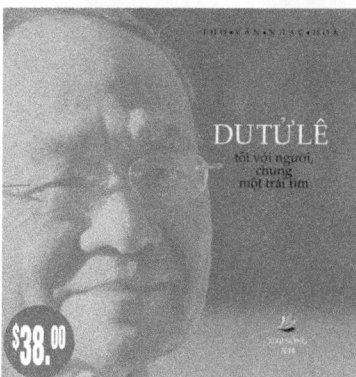

www.ingramcontent.com/pod-product-compliance
Lightning Source LLC
Chambersburg PA
CBHW020159090426
42734CB00008B/876